दोस्ती

मधुमती शिंदे

मेहता पब्लिशिंग हाऊस

Please contact us at **Mehta Publishing House Pvt. Ltd.,** Pune 411030.
✆ +91 020-24476924 / 24460313 / Mob. No. 9545000513
Email : production@mehtapublishinghouse.com
Website : www.mehtapublishinghouse.com

- *या पुस्तकातील लेखकाची मते, घटना, वर्णने ही त्या लेखकाची असून त्याच्याशी प्रकाशक सहमत असतीलच असे नाही.*

DOSTI by MADHUMATI SHINDE

दोस्ती : मधुमती शिंदे / कुमारवाङ्मय

Email : author@mehtapublishinghouse.com

संस्थापक : सुनील अनिल मेहता

प्रकाशक : मेहता पब्लिशिंग हाऊस प्रा. लि.,
१९४१, सदाशिव पेठ, माडीवाले कॉलनी, पुणे - ४११०३०.

मुद्रक : ट्रिनिटी ॲकॅडमी फॉर कॉर्पोरेट ट्रेनिंग लिमिटेड

मुखपृष्ठ व
आतील चित्रे : देविदास पेशवे

प्रकाशनकाल : सप्टेंबर, २०१५ / पुनर्मुद्रण : मार्च, २०२४

किंमत : ₹ १८०

P Book ISBN 9788184988284
E Book ISBN 9788184988291
E Books available on : amazonkindle Apple Books Google Play Books

---

'श्रीमान योगी', 'स्वामी'कार रणजित देसाई हे माझे जन्मदाता. त्यांच्या सहवासामध्ये व निसर्गरम्य 'कोवाड'च्या वातावरणात आम्ही वाढलो. अजूनही जुन्या स्मृती डोळ्यांसमोर तरंगतात व त्यांना पकडण्याचा प्रयत्न करता करताच हे इटुकले पिटुकले शब्द घेऊन दादांच्या आग्रहाखातर या कथा लिहायचा प्रयत्न केला आहे. जसं अजस्त्र सूर्य आपली किरणं चैतन्यमयासाठी पृथ्वीवर फेकतो, त्यासारखंच दादांचं महाराष्ट्रभर प्रसिद्ध झालेलं लेखन. त्यांच्या थोर लेखनासमोर हे माझे चार शब्द मी मनःपूर्वक त्यांना अर्पण करते. मनाला आकर्षित करणाऱ्या या छोट्याशा गोष्टी सहजसोप्या भाषेत लिहिण्याचा मी प्रयत्न केला आहे.

मनोगत

लेखनाचा प्रांत मला अगदीच अनोळखा असल्यामुळे मन लेखन करायला तयार होत नव्हतं, पण जन्मल्यापासून साहित्य माझ्या चारी बाजूंनी फेर धरून होतं. 'स्वामी'कार रणजित देसाई हे माझे वडील. तेव्हा लेखन हे बाळकडूच होतं आमच्यासाठी, असं म्हणायला हरकत नाही. माझं भाग्य की मी त्यांच्यापोटी जन्म घेतला. त्यामुळे सुविचार, विद्येची देवाणघेवाण हे गुण उपजतच नसानसांत भिनले.

माझ्या बालपणी चोहीकडे पशु-पक्षी मुक्तपणे गर्द झाडीतून बागडताना सहज दृष्टीस पडायचे, पण सध्या कॉंक्रिटच्या जंगलात झाडं दुर्मीळ झाली व पशुपक्ष्यांचा निवारापण नाहीसा झाला. सहजपणे दारात दाणे टिपायला येणारी चिऊताई आता मोबाईल टॉवरमुळे दूर उडून गेली. निसर्गात मुलांनी फुलपाखरांप्रमाणे स्वच्छंदपणे बागडावं. किती रंग! किती आकार! किती प्रकार! किती ध्वनी! ही विविधता पाहून मुलं आनंदी होतात आणि कुतूहल त्यांच्या चिमुकल्या मेंदूत जागृत होतं. मुलांच्या शिक्षणात निसर्गाला फार मोठं स्थान आहे. या प्राण्यांच्या गोष्टी वाचून सर्वांनाच सृष्टी व प्राणी यांचा सहवास लाभेल, अशी आशा करते.

माणसाला गोष्टीची सोबत लहानपणापासून सदैव लागते. लहान मुलांना खाऊ घालतानाच आई चिऊ-काऊच्या गोष्टी सांगत असते. मुलांना खाऊइतकीच गोष्ट प्रिय असते. गोष्ट अशी सामर्थ्यशील आहे की जसं छत्रपती शिवाजी महाराजांना जिजाबाईंनी बालपणी गोष्टी सांगितल्याने ते शूरवीर झाले.

कै.रणजित देसाई यांच्या अथांग लेखनसागरात हा माझा एक छोटासा दवबिंदू त्यांच्या चरणी अर्पण करत आहे. त्यांच्या पवित्र चरणी सविनय सादर समर्पण!

मेहता पब्लिशिंग हाऊसशी आमचे ऋणानुबंध आहेत. माझे विचार मुलांपर्यंत पोहोचविण्यासाठी अनिलकाका व सुनीलचाही सहभाग आहे. या कथासंग्रहातील कथा प्रौढ वाचकांनाही आवडणाऱ्या आणि उद्बोधक आहेत. हा बहुपेडी कथासंग्रह सर्वांना आवडेल अशी अपेक्षा करते.

सौ. मधुमती शिंदे

बहुपेडी कथासंग्रह

'इसाप'च्या नीतिकथांप्रमाणे या कथासंग्रहातील पशु-पक्ष्यांच्या कथा मनोरंजक तर आहेतच, शिवाय जीवनाचं तत्त्वज्ञान सांगणाऱ्याही आहेत. मानवी जीवनाचं तत्त्वज्ञान सरळ सांगितलं, तर ते पचनी पडायला कठीण जातं. पशु-पक्ष्यांच्या माध्यमातून ते मांडलं, तर रंजकतेमुळे ते तत्त्वज्ञान सहज पचनी पडू शकतं. सौ. मधुमती शिंदे यांनी पशु-पक्ष्यांच्या कथांच्या माध्यमातून मानवी जीवनातील नानाविध समस्या मांडण्याचा स्तुत्य प्रयत्न केलेला आहे. त्यांच्या कथा वाचल्यानंतर वनविहार केल्याची आल्हाददायक अनुभूती प्रत्ययास येते. पशु-पक्ष्यांना बोलता येत नसलं तरी मानवी जीवनातील राग, द्वेष, लोभ, मत्सरादि षड्रिपु पशु-पक्ष्यांच्या वन विश्वातही थोड्याफार फरकाने दृगोचर होतातच. मानवाचा स्वार्थ पशु-पक्ष्यांनाही कळतो, पण त्यांना बोलता येत नसल्यामुळे मूग गिळून गप्प बसावं लागतं, इतकंच. जर त्यांना मानवाप्रमाणे बोलता आलं असतं, तर माणसाच्या लबाडीचा पाढा धडाधड वाचून दाखवून पशु-पक्ष्यांनी मानवाची बोलतीच बंद करून टाकली असती असं वाटतं.

पशु-पक्ष्यांच्या गोष्टी खरं तर बाल वाचकांसाठीच लिहिल्या जातात. पण या कथासंग्रहातील कथा प्रौढ वाचकांनाही आवडणाऱ्या आणि उद्‌बोधक अशा आहेत. अशा बहुपेडी कथालेखनामुळे सौ. मधुमतीताई कथालेखन प्रकारात आपलं वेगळं स्थान निर्माण करू शकतील असा दृढ विश्वास वाटतो. त्यांच्या कथालेखन कार्यास अनंत हार्दिक शुभेच्छा!

श्री. श्याम कुरळे
कोल्हापुर,
राष्ट्रपती पुरस्कार प्राप्त,
राज्य पुरस्कार प्राप्त साहित्यिक

अनुक्रमणिका

सहज मदत

ती पहाटेची झुळूक मंद हवेत ढगांच्या झोपाळ्यावरून हेलकावे घेत धिम्या पावलांनी खाली उतरत होती. झाडावरती पक्षी एकमेकांना चिकटून उबेसाठी बसले होते व आता ते उठायची धडपड करत होते. सूर्याला यायला अजून अवधी होता, पण त्याची सोनेरी किरणं आता ढगांतून बाहेर पडायच्या बेतात होती, ती रुपेरी पैंजण घालून धिम्या गतीने उतरत होती.

आकाशातून दोन पऱ्या अलगद खाली उतरत होत्या, त्यांचे सोन्याचे नाजूक पंख उघडझाप करताना चमकत होते. झाडावर बसलेल्या बुलबुलचे लक्ष त्या दोन पऱ्यांकडे गेले. तिला त्यांना पाहून आश्चर्य व गंमत वाटली. ती खुदकन हसली व म्हणाली, "देवा, तू खरंच चित्रकार आहेस. यांचं नाजूक शरीर, लांबलचक सोनेरी केस व त्यातच भर म्हणजे चमचमणारे नाजूक, मोहक पंख. मला असं रूप का नाही?

तेवढ्यात आकाशातून देवाचा आवाज कानावर पडतो.

"बुलबुल, तू माझं लेकरू आहेस. तुझंपण रूप सुंदर आहे. तुलापण मीच बनवलं आहे. तुला नाही कळणार तुझ्यात किती सामर्थ्य आहे. सरळ साधं मन तुझं. तू आजचा दिवस त्या दोन पऱ्यांबरोबर घालव व नंतर मला सांग तू की, त्या पऱ्या सामर्थ्यवान आहेत ते."

बुलबुलने आपल्या डोक्यावरचा तुरा आनंदाने हलवला व तेवढ्याच वेगाने शेपटी हलवली. तिला आज अपार आनंद झाला की आज देवबाप्पा तिच्याशी बोलले व त्यांनी तिला कामपण सोपवलं. तिने लगबगीने झाडावरचा पेरू खाल्ला व आपल्या लेकरांना भरवून ती उडत, पऱ्यांची नजर चुकवत हळूहळू त्या दोन पऱ्यांच्याजवळ गेली व

एका फांदीमागे लपून त्यांचं संभाषण ऐकू लागली. त्या दोघींचा मधुर आवाज तिच्या कानावर पडला.

सोनपरी : ''रुपेरीताई, आपण बागेत जाऊ व ती तिथे तलावाकाठची बाग बघ, तिथे अनेक तऱ्हांची फुलं उमलली आहेत. त्यांचा मंद सुवास पृथ्वीवर पसरला आहे. चल लवकर, देवबाप्पाला ती फुलं तोडून आणू व आपण त्यातला पोटभर मधपण पिऊ या.''

रुपेरीताई आपले पंख हलवत म्हणते, ''आपण फुलं नको तोडायला, त्याऐवजी आपण मस्तपैकी आभाळात ढगांबरोबर लपंडाव खेळू या. त्या इंद्रधनुष्यावरून घसरगुंडी खेळू, त्याचे रंग आपल्या अंगावर रंगवूया व थोडे रंग पेटीत बंद करून ठेवूया. हे पृथ्वीवरचं रंगीबेरंगी रूप किती मोहक व आनंद देणारं आहे. त्या फुलांचा रंग व सुगंधाचा आस्वाद घेऊ या. त्यांना तोडायला नको.''

बुलबुल : ''मला माहीत आहे आमची पृथ्वी किती रंगांनी नटली आहे, म्हणून तर आम्ही सर्व पक्षी आनंदाने बागडत, गाणी म्हणत उडत असतो. एक मनुष्य सोडला तर सर्वजण सृष्टीचा आनंद घेतात. मनुष्य फक्त स्वार्थासाठी जगतो. आपलं आपलं म्हणत.''

दोन्ही पऱ्या गप्पा मारत, हसत तलावाकाठी गेल्या. तलावात त्यांचा

सवंगडी राजहंस डौलाने पाण्यात त्यांची वाट बघत पोहत होता. त्याने आपली मान उगीचच तिरपी केली व म्हणाला, “वेळ झाला, केव्हापासून वाट पाहतोय. सूर्याची किरणं पृथ्वीवर यायची वेळ झाली. चला, माझ्या पाठीवर बसा, मी तुम्हाला तलावाच्या मध्यभागी, जिथे खूप कमळं उमलली आहेत तिथे नेतो. त्यातलाच खूप मध तुम्ही पोट भरून प्या.”

दोन्ही पऱ्या हंसाच्या पाठीवर स्वार होऊन तलावातली बदकं व मासे यांच्याशी हसतखेळत कमळातला मध पितात.

बुलबुल : “काय गंमत आहे. यांचा आवाज मंजुळ, रूप देखणं व सवंगडीपण हंस. त्याच्या पाठीवरून पाण्यात न भिजता त्यांचा नौकाविहार होतो. मला बघा, रंग एकच, लाल ठिपका व छोटासा तुरा, ना मला मंजुळ आवाज.”

त्या दोन पऱ्या टाळ्या वाजवत फेर धरून पाण्यावर नाचू लागतात. त्यांच्या बरोबर त्यांचे सवंगडीपण सामील होतात. सूर्याची कोवळी किरणं आता तलावावर मंद गतीने पसरू लागतात. त्या किरणांमुळे पऱ्यांचे पंख अजूनच चमकू लागतात.

राजहंस, बदकं व पऱ्या तलावाच्या काठावर येऊन त्या फुलांच्या ताटव्याकडे चालू लागतात. फुलांचे सवंगडी म्हणजे फुलपाखरं, भुंगे व अनेक छोटे पक्षी त्या फुलांच्यावर आनंदाने गुणगुणत असतात.

रुपेरी : “किती नाजूक व छोटी पाखरं आहेत ही व त्यांच्या तोंडचा घास आपण हिरावून घेणार, मला हे जमणार नाही.”

सोनपरी धावतपळत त्या फुलांच्या ताटव्यात जाते व दोन्ही हातांनी त्या उमललेल्या फुलांचा विचार न करता हावरटासारखी सर्व फुलं तोडते. त्याने तिला समाधान होतं.

सोनपरी : “अशी आळशासारखी बसू नकोस. एकपण फूल तोडायला मदत केली नाहीस. चल, आता आकाशात परत जाऊ या.”

रुपेरी दुःखी मनाने तिच्याबरोबर उडून जाते. सोनपरीला ही जाणीव नसते की ती चिमुकली फुलपाखरं व पक्षी अन्नाविना राहतील. बुलबुल तलावाच्या काठी बसलेली असते. तिचा उदास चेहरा बघून राजहंस म्हणतो, “बघितलंस ? किती अविचारी व स्वार्थी आहे सोनपरी.”

बुलबुल : “तुम्ही त्यांचे सवंगडी. तुम्ही त्यांना सर्व फुलं कशी तोडू दिली?

राजहंस : "त्या देवाच्या मुली, एक विचारी तर एक अविचारी, त्यांना कोण रागवणार?"

बुलबुल : "आपण पण देवाचीच मुलं, आपण किती एकमेकांचा विचार करतो!"

उन्हं आता बऱ्यापैकी सगळीकडे पसरली होती. तेवढ्यात एक फुलपाखरांचा थवा तिथे उतरला. त्यांनी त्या विराण बागेकडे नजर टाकली. त्यांना अतिशय भूक लागली होती. ते आपले चिमुकले पंख फडफडवत सैरावैरा आपल्या नजरेने फुलांचा शोध घेऊ लागले, पण त्यांच्या नजरेला एकही फूल दिसलं नाही. त्यांचं खाद्य कुणीतरी पळवलं होतं व बाग आता विराण दिसत होती. आता परत उडत फुलं शोधायला त्यांच्यात त्राण नव्हतं.

फुलपाखरू : "देवा, आज उपवास वाटतं. एवढ्या लांबून उडत आलो, आज मध नाही मिळाला. आमच्या पंखांत रंग व गंध कोण भरणार? मन धुंद करणारं ते सुगंधी वातावरण नाही," असं म्हणून ती रडू लागतात.

बुलबुल : "नका रडू मित्रांनो, त्या पऱ्या आल्या. त्यातल्या एका दुष्ट परीने सर्व फुलं देवबाप्पासाठी म्हणून नेली. मी म्हणत होते, थोडी ठेवा. माझी मित्र फुलपाखरं येतील मध प्यायला, पण त्या हट्टी परीने ऐकलं नाही. मी उद्या तुमच्यासाठी फुलं ठेवीन. अरे मित्रांनो, आज मी तुम्हाला उपाशी राहू देणार नाही. जरा दूरवर अशीच फुलांची व फळांची बाग आहे. मी दररोज तिथे फळं खायला जाते."

फुलपाखरं एकमेकांना गच्च धरून बुलबुलच्या पाठीवर बसतात. त्यांना कष्ट न देता बुलबुल एका सुंदर बागेत उतरवते. ती बाग बघून फुलपाखरं आनंदाने आपले चिमुकले पंख फडफडवतात व फुलांवर तुटून पडतात, मध प्यायला.

फुलपाखरं : "बुलबुलताई, आम्ही तुमचे आभारी आहोत. तुम्ही नसता तर आज आम्ही भुकेने मेलोच असतो. आमच्या पंखात तुम्ही बळ दिलं. आमची भूक तुम्ही भागवली. अनोळखी आम्ही व तरी तुम्ही आम्हाला इथवर घेऊन आला. तुम्ही छोट्या आहात, पण आमच्या मदतीसाठी धावून आलात. ना ओळख ना पाळख तरी पण तुम्ही आमचा जीव वाचवला."

बुलबुल : "कोणाच्या तरी मदतीला आले हेच माझं भाग्य."

त्या दोन पऱ्या उडत देवाकडे जातात. देवाने बघितलं तर सोनपरीचा फ्रॉक फुलांनी भरलेला होता व ती आनंदाने नाचत होती. रुपेरीपरी दु:खाने खाली मान घालून न बोलता उभी होती.

देवबाप्पा : "रुपेरी बाळा, तू का माझ्यासाठी फुलं आणली नाहीस? तुला फुलं आवडत नाहीत का?"

रुपेरी : "मला ती झाडावरच छान वाटतात. कशी आपल्या आईला बिलगून ताठ मानेने उभी असतात, पण आता ती बघा कशी मान टाकून रडत आहेत. आज बाग विराण दिसते. पक्षी व पाखरं उदास आहेत. फुलपाखरं पण आज उपाशी राहिली आहेत. मला स्वत:च्या आनंदासाठी कुणालाही उपाशी व दु:खी ठेवायला आवडत नाही. आपण त्या जागी असतो तर भुकेने आपली अवस्था कशी झाली असती, याचा विचार आपण करायला पाहिजे. ऐन वेळेला त्या छोट्या बुलबुलने त्यांना मदत केली नसती, तर ती भुकेने मेली असती. उद्या

ही सोनपरी परत जाऊन फुलं तोडून आणूया म्हणते, पण मी जाणार नाही.''

देव : ''शाब्बास मुली! मला तुझं म्हणणं पटलं. मला फुलं देण्याऐवजी ती झाडावरच राहू दिली असती तर मला आनंद झाला असता. फुलं पण माझीच मुलं आहेत. गुणी मुलं मला आवडतात. तुमची वागणूक चांगली पाहिजे. जसं हंसानं तुम्हाला मध प्यायला तलावाच्या मध्यावर आपल्या पाठीवरून नेलं, जसं बुलबुलने फुलपाखरांना मदत केली. अविचारी वागणं मला आवडत नाही. सोनेरी, तुला ती फुलं परत झाडावर लावता येतील का? नाही ना? मग आपल्याला जे करणं जमणार नाही त्याचा विध्वंस करू नये. ही सृष्टी मी फार कष्टाने निर्माण केली आहे. ती तशीच जपली तर मला त्यात आनंद वाटेल. मला फुलं अर्पण करायची गरज नाही. बुलबुल, तू सावळी आहेस, पण माझी आहेस. संकटकाळी त्या फुलपाखरांना मदत केलीस. रंग रूप काय करायचं, जर मनच चांगलं नसेल तर?''

बुलबुल : ''देवा, तुझे माझ्यावर अनंत उपकार आहेत ते मला आता कळलं. मला सतत अशीच सद्‌बुद्धी दे जेणेकरून माझं आयुष्य मी दुसऱ्यांकरता अर्पण करेन व माझ्या आयुष्याचं सार्थक होईल.''

तात्पर्य : फुलं तोडण्यापेक्षा ती झाडावरच शोभून दिसतात.

◆

स्वार्थी पारधी

समोर अथांग नदी वाहत होती. उगवत्या सूर्याच्या गुलाबी रेषा निळ्याशार पाण्यात काचापाणी खेळत होत्या. इंद्रधनुष्य मुक्त हस्ताने आपले रंग पाण्यात उधळत होतं. पहाटेचं सावळं रूप आपलं गोजिरवाणं रूप निळ्या आरशात पाहात होतं. हे सुरेख नक्षत्राचं रूप बेभान झालेल्या लाटा एका क्षणात विस्कटून टाकत होत्या. लाटांवर चिमुकले पक्षी, बदकं मनसोक्तपणाने पहाटेची अंघोळ करत होते.

जंगल आता हळूहळू जागं होत होतं. सूर्याची किरणं त्या गर्द झाडीतून पृथ्वीला भेटण्यासाठी उत्सुक होती. माकडोजीपंत या झाडावरून त्या झाडावर कोलांट्या उड्या मारून, व्यायाम करून, दमूनभागून एका फांदीवर शांतपणे बसले होते. तेवढ्यात त्यांचं लक्ष आकाशाकडे गेलं. दुरून त्याला पक्ष्यांची जोडी नदीकिनारी उतरताना दिसते.

माकड : ''अरे! इतके दिवस मी या जंगलात राहतो, पण मला कधीच एवढे भलेमोठे पक्षी दिसले नाहीत.''

लगबगीने माकडाने आपली शेपटी जोरात आपटली व फांद्यांवरून उड्या मारत तो नदीच्या काठावर पोहोचला. ते दोन पक्षी अतिशय देखणे होते. त्यांचं शरीर फिकट गुलाबी रंगाचं होतं. लाल चोच, गडद गुलाबी काठीसारखे लांब पाय उठून दिसत होते. त्यातच भर त्यांची उंच नाजूक मान व डोक्यावर झुपकेदार तुरा. त्यांचं रूप पाहून माकड हरखलंच व म्हणालं, ''हे आमचे पाहुणे दिसतात एवढे देखणे! आता त्यांची विचारपूस करायला पाहिजे; पण नकोच, भीती वाटते. त्यांनी एक चोच मला मारली, तर मी रक्तबंबाळ होईन. आपण लांबूनच ते काय करतात ते पाहू.''

शेवटी ते माकडच. ते पक्षी भ्रमंती करत पृथ्वी जिंकायला आल्यासारखे, शिपायाप्रमाणे आपली छाती पुढे करून निरीक्षण करत काठावरती फिरत होते. ते एवढे बलवान व उंचेपुरे होते, पण त्यांना या सृष्टीचा नाश करायची बुद्धी नव्हती. ते दूरवरून अतिथंड प्रदेशातून या नदीकाठी सूर्याचा आनंद लुटायला आले होते. ज्या बर्फाळ प्रदेशातून ते आले होते, तिथे एवढे सुंदर मनमोहक सुरीले पक्षी बघायला पण मिळत नव्हते. प्रत्येक झाडाच्या हिरव्या अनंत छटा व त्यावर नाजूक रंगबिरंगी कशिदा केलेली फुलं! पिवळी, जांभळी, लाल, गुलाबी रानफुलं दिमाखात आपले रंग चोहीकडे सृष्टीला दाखवत होती. त्यांच्याशी हितगुज करायला भ्रमर, फुलपाखरं व इतर नाजूक पक्षी एकमेकांशी रमतगमत आनंदाने बागडत होते. हे विलोभनीय दृश्य पाहून त्यांना परमेश्वराची आठवण झाली.

एक पक्षी : ''त्या बर्फाळ प्रदेशात मला वाटत होतं की मीच देखणा, पण इथे या जंगलात आल्यावर कळलं की माझ्यापेक्षा कितीतरी सुंदर पक्षी व फुलं या जगात आहेत. माझा गर्व त्यांना बघून आता नाहीसा झाला.''

दुसरा पक्षी : ''होय रे, तू म्हणतोस ते खरं आहे. हे किती सुंदर नाजूक पक्षी आहेत. मस्तपैकी खोल पाण्यात जाऊन डुबक्या मारतात.

हवे ते मासे खातात व आकाशातून उंच भरारी पण घेऊ शकतात. पण आपलं शरीर भलं मोठं आहे. लांब पाय जे आपल्याला पेलवतपण नाहीत व असं मनसोक्तपणाने खोल पाण्यात पोहता येत नाही. हे किती बिनधास्तपणे पोहतात व काठावर येऊन पंख फडफडवून आपलं अंग कोरडं करतात. आपल्याला त्या बर्फाळ प्रदेशात नुसतंच त्या बर्फावरती पळायचं व परत गारठून जाऊन गप्प बसायचं. इथे अमाप उन्हामुळे हवा कशी ऊबदार, स्वच्छ व स्फूर्तिदायक आहे. मला तर आपली लाल चोच आवडते कारण इथे आल्यावर पाण्यात न बुडता शांतचित्ताने उभं राहून आपल्या पायाजवळ आलेल्या मस्तीखोर माशांना आपण पट्कन पकडू शकतो. ते बर्फातले गार मेलेले मासे खाताना नको जीव होतो.''

दोन पक्ष्यांचा संवाद व सृष्टीची स्तुती करत असतानाच त्यांना दूरवर एक छोटीशी होडी नदीत पोहणाऱ्या बदकांच्या बाजूला सरकत येताना दिसते. बदकं मनसोक्तपणे दंग होऊन एकमेकांवर पाणी उडवण्यात मग्न होती. होडी जवळ आलेली पण त्या निष्पाप, अल्लड बदकांना भान नव्हतं. त्या दुष्ट माणसाने विचार न करता पट्कन जोर लावून

आपलं भलंमोठं जाळं बघता-बघता त्यांच्यावर फेकलं. आपण जाळ्यात अडकलो आहोत हे लक्षात आल्यावर ती बदकं घाबरून कर्कश सामूहिक आवाज करू लागली. चोचीने सर्वजण जाळं तोडायचा प्रयत्न करू लागली, पण ते शक्य होत नाही. त्यांच्या कर्कश्श आवाजाने सारा परिसर भेदरून जातो.

पक्षी : "अरे बापरे! देवा, काय हा मनुष्य. तू सृष्टी निर्माण करतोस व मनुष्य स्वार्थासाठी, पोटासाठी एका क्षणात सुंदर सृष्टी नष्ट करतो."

त्यांच्या डोळ्यांतून हे दृश्य पाहून अश्रू ओघळतात.

पक्षी : "माकडदादा, तू झाडावर राहतोस, तुला दूरवरचं दिसतं. जेव्हा मनुष्य येतो तेव्हा आधीच जंगलात वर्दी का देत नाहीस? सावध राहा, लपून बसा असं का ओरडून सांगत नाहीस?"

माकड : "मला तुम्ही ओळखलंत त्याबद्दल धन्यवाद. या भल्यामोठ्या झाडावरून कधी कधी काहीच दिसत नाही. पण जेव्हा मला चाहूल लागते तेव्हा आवर्जून मी सर्व जंगलाला जोरजोराने ओरडून सांगतो. आज माझा नाईलाज झाला आहे."

त्या तिघांचं लक्ष परत त्या होडीकडे जातं. होडीत ती बदकं कोंबली गेली होती. त्यांचा हतबल, दुःखी आवाज जिवाला घायाळ करत होता. शिकाऱ्याला दयामाया नव्हती. त्याच्या चेहऱ्यावर आनंद व समाधान होतं. कारण आज त्याला बाजारात बदकं विकून भरपूर पैसा मिळणार होता. ती बदकं त्याला गयावया करत होती.

त्यांचा प्रमुख बदक सर्वांना उद्देशून : "मी म्हणत होतो, या मनुष्यवस्तीजवळ पोहायला यायला नको, कारण जिथे मनुष्य आहे तिथे धोका आहे. आपण थोडे दिवस उपाशी राहून जंगलातले किडे खाऊन जगलो असतो. त्या दुष्ट कोल्ह्याचं ऐकून, जो मनुष्याच्या वस्तीजवळ सतत राहत असतो, त्याचं संभाषण व अमाप माशांच्या लालसेने आपण इथे आलो व सर्वजण जिवाला मुकलो. नशीब, आपली छोटी पिलं सुखरूपपणे जंगलात त्या जाळीत आहेत. आता परमेश्वरच त्यांचं रक्षण करेल. हा मनुष्य आपल्या सर्वांनाच दयामाया न दाखवता यमगतीला पाठवेल. ते काठावरचे पशुपक्षी बघा, कसे दुःखी मनाने उभे आहेत. ते पण भयभीत होऊन झाडावर जाऊन बसले आहेत."

त्याचं संभाषण चालू असतानाच सर्व बदकं रडू लागतात व देवाचा

धावा करतात. ते दोन पाहुणे पक्षी एकमेकांकडे बघून म्हणतात, "आपण त्यांना वाचवायचा प्रयत्न करू या. माकडदादा, तू पण साथ दे."

माकड आनंदाने टाळ्या वाजवतं व म्हणतं, "तुमची साथ असेल तर मी त्याच्या डोक्यावर तीक्ष्ण नखांनी व दातांनी त्याचा चावा घेईन. तुम्ही ती जाळी तोडा."

हे तिघेही जण एकदम त्या शिकाऱ्यावर हल्लाबोल करतात. शिकारी बेसावध असतो. अचानक झालेल्या हल्ल्यामुळे तो घाबरून पाण्यात उडी मारतो. माकड व पक्षी मिळून ती जाळी तोडतात व त्या सर्व बदकांना मुक्त करतात.

माकड : "आता ताबडतोब न बोलता, गोंधळ न करता चुपचापपणे आपल्या घरी जा आणि परत या तलावाकाठी पोहायला येऊ नका. कारण शेजारीच माणसाची वस्ती आहे."

ती भयभीत झालेली बदकं धन्यवाद म्हणून पाठीमागे वळून न बघता आपल्या घराकडे सुसाट पळत सुटतात. माकड व त्या पक्ष्यांना बदकांचा जीव वाचवल्यामुळे जीवनाचं सार्थक झालं असं वाटतं. ते दुःखमय वातावरण आता नाहीसं होतं व भयभीत झालेले पक्षी आनंदाने गाऊ लागतात व त्या पाहुण्या पक्ष्यांचे आभार मानतात.

तात्पर्य : सृष्टी पशुपक्षी जतन करते, पण मनुष्य स्वार्थासाठी त्यांना नष्ट करतो.

◆

चिमणी

माझ्या घराच्या खिडकीत न चुकता दररोज छोटीशी चिमणी येते. तिने माझ्याशी दोस्ती करावी असं मला वाटतं. ती चिवचिव करून वाकडी तिकडी मान करून परत माझ्याकडे पंख फडफडवत एकटक बघत बसते. तो एवढासा छोटासा जीव पण तिची मैत्री करायची धडपड मोठी. माझं तिच्याकडे मुळीच लक्ष नसतं. सकाळी शाळेत जायची गडबड, अनेक हजार विचार डोक्यात, चिंचा रामूच्या शेतातून चोरून कशा पाडायच्या? त्या पाडाला आलेल्या चिंचा पाहून तोंडाला पाणी सुटतंच. जाता जाता शीला, स्वाती यांना घेऊन मगच त्या शेतात काठी घेऊन जायचं. शीला धाडसी, त्यामुळे ती रामूचा डोळा चुकवून झाडावर चढून काठीने चिंचा खाली पाडेल व आम्ही त्या गोळा करू. तेवढ्यात आईचे उपदेशाचे बोल कानावर पडतात. "आवर लवकर, केस विंचरून घे, डबा, पाण्याची बाटली घेतली का? रस्ता नीट पार करून जा. मैत्रिणींच्या घोळक्यातून जाताना लक्ष रस्त्याकडे असू दे."

शाळेला आधीच उशीर झालेला असतो. केस अजून विंचरायचे बाकीच. आरशाकडे गडबडीने जाऊन केस विंचरून घेते. तेवढ्यात माझी वाट बघत बसलेली चिमणी भुर्रकन उडून छोटीशी चोच आरशावर मारत, शेपटी हलवत मधूनच माझ्याकडे बघत राहते. चिवचिव करून माझ्याशी गप्पा मारायचा प्रयत्न करते. माझं तिच्याकडे मुळीच लक्ष नसतं. कारण आज नावडता विषय – भूगोलाची तोंडी परीक्षा असते. भूगोल म्हटलं की पृथ्वीसारखं माझं डोकं गरगरायला लागतं. पृथ्वीचं मोजमाप, दिवस-रात्र, लोकांची राहणी, कुठे हवा थंड, कुठे गरम, हे घेऊन काय करायचं? परमेश्वराने मनुष्यप्राण्यासाठी जरा हवेत बदल,

सृष्टीत वेळोवेळी बदल आपल्या लेकरांच्या हितासाठीच केलेले आहेत. आपल्याला त्याच्या विरुद्ध जाऊन काय फायदा? पण मनुष्यप्राणी गप्प कसा बसेल? त्याची बुद्धी पाजळायलाच पाहिजे. मुलांचं डोकं गोंधळून टाकायचं, यातच मोठ्या लोकांची फुशारकी.

आईची हाक परत कानावर येते.

"तुला बाबा सोडतायत. आवर लवकर, नट्टापट्टा या वयात बरा नाही. अभ्यासात लक्ष दे."

नेहमी आईला असं का वाटतं, मी नुसती आरशासमोर नटतच

असते. माझ्या डोळ्यांसमोर किती प्रश्न, शाळा, अभ्यास, बाई, मैत्रिणी. हे सर्वच विषय थैमान घालत असतात. प्रत्येकाला आई मुद्यानिशी बोलत असते. घरात ती एक जिवंत घड्याळ आहे. प्रत्येकाला वेळेचा टोला मारून कामाला पाठवणारं. तिच्या स्वभावाच्या विरुद्ध आमचे बाबा. शांत, स्थिर, गंभीर वृत्ती, समोरून कोणी चोर चोरी करून गेला तरी ते त्यांच्या पेपरमध्ये दंग. दिवसभरात ते एक वाक्यच जेमतेम आईशी बोलत असतील. आई नसती तर घराची वाट लागली असती. घराला जिवंतपणा आहे तो फक्त आईमुळेच.

शाळेत गेल्यावर मैत्रिणींचा गराडा. "परीक्षेत हे येणारच, ते वाच, अमूक पान पाठ कर." तेवढ्यात शाळेची घंटा होते. आमच्या तिसरीच्या वर्गात गेल्यावर थोड्याच वेळात बाईंनी येऊन तोंडी परीक्षा घ्यायला सुरुवात केली.

"नंबर दहाऽ" बाईंनी पुकारा केला. भूगोलातले अनेक प्रश्न विचारले व मी अचूकपणाने त्यांची उत्तरं दिल्यामुळे माझं मलाच आश्चर्य वाटलं. हुश्श्यऽऽ म्हणून मी बेंचवर बसले. नेक्स्ट, नेक्स्ट म्हणून बाई पुकारत होत्या. माझं लक्ष तिकडे मुळीच नव्हतं. आज शनिवार. घरी जाणे, टीव्ही बघणे आणि मस्तपैकी ताणून देणे.

शाळा सुटली. आम्ही तिघी मैत्रिणी गडबडीने बाकीच्या मैत्रिणींची नजर चुकवून हळूच रामूच्या शेतात शिरलो. शीलाने गडबडीने फ्रॉक खोचला व सरसर खारीसारखी ती झाडावर चढली. काठीने झोडपून बऱ्याच चिंचा खाली पाडल्या. आम्ही दोघींनी पटापट गोळा करून प्लॅस्टिकच्या पिशवीत भरल्या. चिंचा पाहून आमचं भानच हरपलं. शनिवार-रविवारची मेजवानी झाली. आम्ही आमच्या चिंचा वाटून घेऊन आपापल्या घरी गेलो.

मला कडकडून भूक लागली होती. घरी आल्याबरोबर दप्तर एका

बाजूला टाकून पट्कन टेबलावर बसले. आईची वाट न बघता वाढून घेतलं.

आई : "अगं, मी वाढते, दमाने जेव. जरा पण धीर नाही पोरीला."

मी : "आई, तुला त्रास कशाला? आता मी मोठी झाले आहे. मला वाढून घेता येतं गं."

मी गडबडीने जेवून घेतलं व माझ्या खोलीत गेले. तिथे चिऊताई आरशासमोर बसल्या होत्या. तेवढ्यात एक गुबगुबीत चिमणा आला. दोघे मिळून आनंदाने नाचत आरशावर टोचा मारू लागले. थोड्याच वेळात काय बिनसलं माहीत नाही. चिमणी चिडून चिमण्यावर तुटून पडली. त्या दोघांच्या भांडणाचा कर्कश सूर मला झोपू देईना. मी त्यांना हुसकावलं. ते गच्चीत जाऊन परत भांडू लागले. मी उठले आणि मूठभर तांदूळ त्यांच्यासमोर टाकले व त्यांच्याकडे बघत चिंचा खाऊ लागले. भांडण लगेच थांबलं व ते आनंदाने दाणे टिपू लागले. फांदीवर बसलेला कावळापण खाली आला व तोही दाणे टिपू लागला. चिमणीला ते अजिबात पसंत पडलं नाही. ती त्या कावळ्यावर धावून गेली. मला एवढा राग आला. ही एवढीशी चिमणी, चार दाणे कावळ्याने खाल्ले तर काय झालं?

मी : "कावळेदादा, मी तुला चपाती देते. तू एकटाच खा. या हावरट चिमणीला मी उद्या एक दाणापण देणार नाही."

मी स्वयंपाकघरात जाऊन चतकोर भाकरीचा तुकडा आणला व लांब गच्चीच्या कठड्यावर बसलेल्या कावळ्याला दिला. कावळ्याने तिरपी नजर करून घाबरतच चिमणीकडे बघितलं. पण छे! चिऊताई मस्त दाणे टिपण्यात मग्न होत्या. कावळ्याने दोन टोचा त्या तुकड्यावर मारल्या. आपली चोच घासली व तुकडा घेऊन झाडावर जाऊन बसला. चिमणीपासून दूरच. त्या भांडखोर चिमणीशी कोण वैर पत्करणार, नाहीतरी चिऊताई फारच स्वार्थी झाली आहे.

आज रविवार, आरामाचा दिवस. डोकं धुऊन गच्चीत आले, तर दोन चिमण्यांऐवजी सात-आठ चिमण्या गोळा झालेल्या होत्या. त्यांच्या चिवचिवाटासमोर टीव्हीचा आवाज फिका पडला. मी मुद्दामच लक्ष द्यायचं नाही असं ठरवलं. तेवढ्यात मला वाटतं कालचीच चिमणी

माझ्यासमोर येऊन चिवचिव करत उडत होती. माझं लक्ष वेधण्याचा प्रयत्न करत होती.

मी : "चिऊताई, आज तुझा उपवास. मी तुला काही दाणे देणार नाही. एवढ्या सर्व मैत्रिणींना घेऊन आलीस? तुला फक्त तुझ्याच जातीच्या चिमण्यांना दाणे द्यायचे व कावळ्याला का नाही?"

थोडावेळ मी तिला तिष्ठतच ठेवलं. मग मलाच तिची दया आली. ती ढिम्मपणे तिथे बसून राहिली. मला काही सोडून जाईना. मी स्वयंपाकघरात जाऊन मूठभर तांदूळ आणले व कावळ्यासाठी भाकरीचा तुकडा. पहिले त्या हावरट चिमणीला दाणे टाकले. त्या सर्व चिमण्या त्यांच्यावर तुटून पडल्या. त्या दाणे खाण्यात रमल्या. कावळा त्यांच्याजवळच बसून भकरीचा तुकडा आरामात खात होता. आज त्याच्यावर त्या चिमण्यांचा हल्ला नव्हता. त्यांचं कावळ्याकडे संपूर्णपणे दुर्लक्ष होतं. आपला समूह, आपलं पोट याव्यतिरिक्त त्या चिमण्यांना कशाचीच पर्वा नव्हती. आता त्यांचं कावळ्याशी वैर नव्हतं. कारण त्यांच्या वाट्यातला तो आता वाटेकरी नव्हता. कावळा भाकरीचा तुकडा थोडा खाऊन त्यांच्याशी पंगा नको म्हणून झाडावर जाऊन बसला. आज त्याला निवांतपणे व शांतीने खाता आलं.

माझा आता हा रोजचाच कार्यक्रम झाला. दाणे टाकणं व त्यांचे रुसवेफुगवे बघणं. आता त्या चिमण्या माझ्या मैत्रिणी झाल्या. मला त्यांचं रूप लोभस वाटायला लागलं. पशुपक्षी व मनुष्यप्राणी हे सर्व आपली एक जमात करून राहतात. त्यात त्यांना कोणीच ढवळाढवळ केलेली आवडत नाही. आपली ही छोटीशी चिमणीच पाहा ना. कावळ्याला एकही आपल्यातला दाणा टिपू दिला नाही. जर सर्वांनी मिळून खाल्लं असतं तर त्यात जास्त गोडी राहिली असती नाही का?

तात्पर्य : पशुपक्ष्यांमध्ये पण जाती-जमाती असतात व ते दुसऱ्याला आपल्या जमातीत घेत नाहीत. आपण जातभेद विसरून जगावे.

◆

चतुर खारूताई

हिरव्यागार रानावनात भाताच्या शेतात गारवा चालू झाला. थंडीची नुकतीच चाहूल लागली होती. गारवा मस्तपणे भाताच्या रोपांवरती झिम्मा खेळू लागला. त्याला अंगावर घेत रोपं जराशी थरथरली. नुकतेच दोन महिने भाताची रोपं पावसानं नाहली होती व त्यांचा हिरवा रंग दिवसेंदिवस गडद होत होता. चारी बाजूंनी गावाच्या भोवती हिरवेगार गालिचे अंथरले गेले होते. गारव्याला हा हिरवा रंग लोभस वाटला. किती महिन्यांनंतर त्याला भाताच्या रोपांबरोबर आज खेळायला मिळालं.

गारवा : "मित्रांनो, मी खूपच गार आहे का? तुम्हाला माझ्यामुळे

थंडी वाजते का? त्या बर्फाच्या डोंगरावरून येताना माझीपण दातखिळी बसते. त्या पांढऱ्याशुभ्र वातावरणात फिरताना मन प्रसन्न होतं, पण तुमच्या हिरव्या रंगाची ओढ मला या प्रदेशात घेऊन येते. हे वातावरण चैतन्यदायी आहे.''

रोपे : ''आमच्या प्रदेशासारखा आहे का तुमचा देश?''

गारवा : ''तिथे तर परमेश्वराने चोहीकडे बर्फ विखुरला आहे व पाणीपण स्वच्छ व नितळ आहे. पण इथे पृथ्वी हिरवागार शालू नेसून बसली आहे. हे लोभस रूप तिथे नाही. मी जरा रानावनात फेरफटका मारून येतो.''

गारव्याला दूरवर मोराचा आवाज ऐकू येतो. मोर आपला सुंदर पिसारा फुलवून दिमाखाने नाचत असतो. त्याच्याभोवती लांडोर घुमत असते.

लांडोर : ''जरा जपून डोल, पायाखाली बघ, भारी गर्व करू नकोस. कृष्णाचा तू लाडका म्हणून तुझं पीस त्याच्या मुकुटात विराजमान असतं. देवघरात पण तुझी पिसं पुजली जातात. तू पुरुष असून तुझं रूप मोहक आहे. तुझ्या पिसाऱ्यात परमेश्वराने निळे, मखमली रंग भरले आहेत. तुझ्या डौलदार पिसाऱ्यामुळे तू आणखीनच रुबाबदार दिसतोस. तुला परमेश्वराने खूपच प्रेमाने बनवलं आहे आणि तू सुरेख नाच करतोस. मला ना रंग, ना रूप, ना डौलदार पिसारा. स्त्रियांना शोभेल असं माझ्यात काहीच नाही. मला कोणीच विचारत नाही याचं मला दुःख होतं.''

मोर खुदकन हसतो व तुरुतुरू तिच्याजवळ येऊन प्रेमानं म्हणतो, ''अगं वेडे, तू माझी प्रिया. मी कृष्णाला प्रिय म्हणजे तूही कृष्णाचीच लाडकी नाही का? तू इतकी समंजस, शांत व धीरगंभीर आहेस. तुझं चालणं पण संथ आहे. हा एवढा मोठा पिसारा घेऊन मला तुझ्यासारखं चपळपणे चालता येत नाही. रूपापेक्षा तू गुणी आहेस व माझी प्रेयसी आहेस. तुझ्या छोट्या पिलांना तू सांभाळतेस. डोळ्यांत तेल घालून मोठं करतेस तसं मला जमेल का?''

या दोघांचं संभाषण ऐकून मोराला उद्देशून गारवा म्हणतो, ''मोरदादा, तू पुरुष असूनही स्त्रीचं कौतुक करतोस. तिला कमी लेखत नाहीस. तिच्या कुरूपपणाला पण सौंदर्य देतोस व आपल्या बायकोला मानाचं

स्थान देऊन तिच्या बरोबरीने तू जंगलात वावरतोस, म्हणूनच तुम्हा दोघांचं प्रेम अतूट आहे.''

झाडाच्या फांदीवर खारुताई आपल्या पुढच्या दोन पायांनी पेरू खात त्या दोघांचं संभाषण ऐकत असते. तेवढ्यात झाडाच्या ढोलीतून एक भलामोठा नाग बाहेर पडतो. त्याला पाहताक्षणी खारुताई चित्काऱ्या मारते व हातातला पेरू टाकून दुसऱ्या झाडाच्या फांदीवर जाऊन बसते. त्या नागाला पाहून छोटे मोठे पक्षीपण घाबरून कर्कश आवाज करत उडून जातात. आता मोर व नागाची लढाई जुंपणार असं साऱ्या शिवाराला वाटतं. नागाचा फडशा मोर एका क्षणात करेल, आपल्या तीक्ष्ण नखांनी व पायांनी. दोघं शत्रू समोरासमोर उभे राहिले, आपापली ताकद आजमावायला.

मोर : ''आलास का काळूराम? तू आलास की विष ओकत असतोस, सर्व रानावनात एक स्तब्धता निर्माण करतोस. लपून बसून अचानक एखाद्याला दंश मारतोस व त्याला मृत्युमुखी पाडतोस. निरुपयोगी, सरपटणारा, किळसवाणा प्राणी तू.''

नाग : ''बस्स झालं तुझं भाषण. मी शेतकऱ्यांचा लाडका, मला नागपंचमीला ते पुजतात. सुवासिनी मला दूध व लाह्या देतात व

ओवळतात. का माहीत आहे का? मनुष्य स्वार्थी आहे. स्वार्थासाठी तो कुणाचेही पाय धरील, तसा तो माझे धरतो. कारण शेताचं नुकसान करणारे उंदीर व किडे मी फस्त करतो व शेताचं रक्षण करतो.''

मोर : ''मी पण किडे खातो, पण आज मी तुला खाणार.''

खारुताई हे सर्व संभाषण एका फांदीवर बसून ऐकत असते.

खारुताई : ''तुम्ही दोघेपण परमेश्वराचे लाडके. एक कृष्णाचा तर एक शंकराचा. दोघेही शेताचं रक्षण करता व दोघेही श्रेष्ठ आणि शेतकऱ्यांचे लाडके. दोघंजण शांतीने राहा.''

गारवा : ''तुम्ही दोघेही खारूचं ऐका. द्वेष, मत्सर हा सोडून द्या. परमेश्वराने आपल्या सर्वांना बनवलेलं आहे व मनमुरादपणे आपण सृष्टीचा आनंद घ्यायला पाहिजे. एकाला मारून दुसरा पृथ्वीचा सम्राट बनत नाही. त्यामुळे आपण आनंदाने राहू.''

गारव्याचं म्हणणं ऐकून दोघांचं गरम झालेलं रक्त गार होतं व ते थंड डोक्याने भांडण विसरून जातात. आपापल्या परीने दोघेही श्रेष्ठ.

नाग : ''खारुताई व गारवा, तुम्ही एकाचा मृत्यु टाळला. दोघांची भांडणं बघत तुम्ही जर गंमत बघत बसला असतात, तर तुम्हाला आम्ही स्वार्थी म्हटलं असतं. खारुताई, तू अंगाने लहान पण तुझे विचार महान. तू आमची बहीण आहेस म्हणून तू आम्हाला भांडू दिलं नाहीस. आपण सर्वजण या शेताचे रखवालदार, तुझ्या चतुर बुद्धीने हे सर्व थांबलं. यातला एकजरी अहंकारापोटी मेला असता, तर त्याची बायकोपोरं अनाथ झाली असती.''

घाबरून फांदीवर बसलेली लांडोर खाली येते व मोराला उद्देशून म्हणते, ''किती तुमचा डोलारा, अहंकार. हे सर्व सोडा. जर तुम्हाला नागाने एकच दंश केला असता तर माझं काय झालं असतं? गरम डोक्याने असा अविचार करत जाऊ नका. जन्म देणारा व मृत्यु देणारा परमेश्वर आहे. आपल्याला काहीच अधिकार नाही. चला, आपली पिलं वाट बघत असतील.''

मोर : ''खारुताई, तू खरंच सर्वांची ताई आहेस. तू सद्बुद्धीने आमची भांडणं मिटवलीस. आग लावली नाहीस. तुला त्याचं समाधान व श्रेय नक्कीच मिळेल.''

गारवा आता समाधानाने आपल्या भाताच्या शेताकडे ही चांगली

बातमी सांगायला वळतो. त्याला चिमुकल्या खारुताईचं खूपचं कौतुक वाटतं. जसं मन, तशीच तिची बुद्धी. शांत व समंजसपणा हाच तिचा गुण वाखाणण्यासारखा होता.

तात्पर्य : भांडण मिटवावं, पेटवून गंमत बघत बसू नये.

◆

भूक

थंडीची चाहूल साऱ्या शिवाराला व गावाला लागली. प्रत्येक झाडाची पिवळीधमक, सुकलेली पाने त्यांनी जणू जीर्ण वस्त्रेच उतरवून अंथरली होती. ते नवीन पालवीची वाट बघत होते. थंडीमुळे गावाच्या कानाकोपऱ्यात पालापाचोळा गोळा करून शेकोट्या पेटवल्या जाऊ लागल्या होत्या. त्या परोपकारी झाडांनी जसं काय माणसांना शेकोटीसाठीच आपली पाने उतरवून दिली. म्हातारीकोतारी फाटकी-तुटकी घोंगडी गुरफटून शेकोटीजवळ जुन्या आठवणींना उजाळा देत बसली होती. तरुण मंडळी उभी राहून शेकत होती.

गुंडू : "मळण्या कशा करायच्या, बैलांच्या जोडीपेक्षा ट्रॅक्टरच बरा. पण ट्रॅक्टरचं भाडं, त्यात डिझेल महाग, पण वेळ कमी लागतो व शेत

पार साफ होऊन जातं. तेच बैलांनी वेळ लागतो पण जरा स्वस्तात होतं.''

रामू : ''च्या मारी! आम्ही शेतात दिसरात राबायचं, काबाडकष्ट करायचं व या व्यापाऱ्यांनी कवडीमोलाने माल विकत घ्यायचा व बसल्या जागी दामदुपटीने विकायचा. आम्ही फाटके ते फाटकेच. आपल्याला कोण वाली न्हाय बघ, म्हणून हे दारिद्र्य. फक्त पोटभर अन्न तेवढं मिळतं. यातच समाधान मानायचं.''

आता त्यांना कामाची लगबग लागली होती. प्रत्येकाने आपलं अंग झटकलं. डोक्याला टॉवेल गुंडाळला.

विठू म्हाताऱ्या लोकांना उद्देशून म्हणाला, ''तुमचा वेळ झ्याक होता. त्यात व्यापाऱ्यांची दलाली आता एवढी नव्हती. आता खतं पण महागल्यात. शेणखत तर त्याहून महाग. गरीबाला मजुरी तर परवडतच नाही. या सगळ्याचा मेळ घालायचा व कसेबसे आलेले दिवस रेटायचे.''

आता शिवारात पिवळीधमक भाताची रोपटी शोभून दिसत होती. मळण्या जोर धरू लागल्या होत्या. कामाला माणसं अपुरी पडत होती. प्रत्येकाला आपली मळणी लवकर आवरायची घाई होती.

त्यातलंच कोणीतरी म्हणे, ''माझी मळणी कालच झाली गा, वारं देता देता नाकात दम आला. पोती उचलून कंबरडं मोडलं. पण अठरा पोती भात झालं. यंदा काळजी नाही, सुगी झकास झाली.''

एक म्हातारा : ''तुझं आवरलं लेका, झ्याक केलं, माझ्या मळणीला येळ काढून येशील का? माझं पोरगं मुंबईस आहे व माझ्या एकट्यानं मळणी करणं शक्य नाही.''

अशा अनेक गप्पा शेताच्या, शिवाराच्या रंगल्या. हळूहळू तरुण मंडळी चुना चोळत आपापल्या कामाला निघून गेली. दोन-चार म्हाताऱ्यांचं टोळकं विझलेल्या शेकोटीची ऊब घेत तंबाखू चोळत बसलं होतं.

एक म्हातारा : ''पूर्वी एवढी थंडी न्हाय गा, तवा हाडं भाईर पडीस एवढी थंडी असायची. आता स्वेटर काय, बूट काय घालून मळणी करत्यात. यांच्या हाडांत आपल्यासारखी ताकद नाय व धान्यात पण गोडी नाय. मुलाबाळांना पुरेसं दूध नाय, घरातलं दूध डेअरीत जातंय. फक्त 'पैसा'ही पिढी म्हणते. खाणं नाही पोटभर व वेळेवर म्हणून डॉक्टरचा बंगला होतोय, यांच्या जीवावर. आपल्या वेळेला गावात

एकपण दवाखाना नव्हता पण आता डोकं दुखलं तरी डॉक्टरची गोळी लागते. टी.व्ही. बघायला सांजचा वेळ आहे, पण शेजारपाजाऱ्याचं भांडण मिटवायला वेळ नाही. वरून म्हणत्यात कुणाच्या भानगडीत पडू नको. मग मी चपराक मारल्यावानी गप्प बसून राहतो.''

पांडू : ''व्हय गा, तुझ्या जवानीत अनेक भांडणं तू मिटवलीस बघ. तुझ्यासमोर एकाची पण टाप नव्हती फुडं बोलायची. तुझ्या निकालाला गाव राजी असायचं. आता आपण परस्वाधीन व हतबल झालो आहोत. घरातच किंमत नाही, तर बाहेर कोण देणार?''

तिथेच जरा दूर बसलेलं कुत्रं हळूहळू सरकत त्यांच्यापाशी येऊन बसलं.

''हड् चंपी, एक घर धरत नाय, माणसं दिसली की शेपूट हलवत आली. बस, शेकोटी शेक. आम्ही आमच्या घरी जातो. टायमाला घरात गेलं तर सुना न्याहरी देतील आणि त्यांच्या पोरास्नी कडेवर घेऊन बसूस लागतंय, त्या शेतावरून परत येईपर्यंत. कित्येक महिने झाले, पायपण ठेवला नाही शिवाराशेतात. आता या हाडांत ताकदपण राहिली नाही. चला निघूया, आता उन्हं वरती आल्यात.''

सारेजण अंगरखा झटकत निघून गेले. थंडीने आपले पाय काढते घेतले. शेकोटीपण शांत झाली. राखेची गोल चुंबळ त्या जागेला झाली होती. दोन-चार उनाड कुत्री चंपीबरोबर येऊन त्या राखेत मनसोक्त लोळू लागली. राखेची जराशी ऊब त्यांच्या अंगाला लागली. त्यातच एक शहाणा कुत्रा मोती तिथे येऊन उभा राहिला.

एक कुत्रा : ''या माणसांचं बरं आहे बघ. देवानं त्यांना लई मोठं डोकं दिलंय. त्यामुळे ते सर्व संकटांवर मात करतात. त्यांचं शेकून झाल्यावर आपण शेकायचं. सकाळपासून वाट बघत होतो. ही माणसं कधी जातील व मला ऊब मिळेल. आपल्याला ना कपडा ना लत्ता. यांना कपडा-लत्ता असूनही थंडी वाजते.''

दुसरा कुत्रा : ''त्यांच्यामुळेच आपल्याला थोडीफार शेकोटी शेकायला मिळते. आपल्याला आयतं मिळतं, कष्ट न करता... मग गपगुमान शेक व राखेत लोळ आणि त्यातच समाधान मान.''

चंपीने आपलं अंग शेकोटीवर चांगलंच शेकलं होतं. राख शेपटीने आपल्या अंगावर उडवत ती मस्त डोळे झाकून शांतपणे पडली होती.

तिला कशाची फिकीर नव्हती. ती सगळ्यांचं बोलणं ऐकून मॅड झाली होती.

मोती हा पाटलांच्या घरातला इमानी कुत्रा. सध्या पाटलांच्या घरात एक नवीन पाहुणा जन्मून सहा महिने झाले होते. पाटलीणबाई खूप दिवसांनी शेतावरती जाणार होती. त्यांच्याबरोबर मोतीपण तिला साथ देणार होता.

मोती : "चला, मी निघतो. मला बाळाला शेतात सांभाळायला जावं लागणार आहे. सापाइंचवापासून बाळाचं रक्षण करायला पाहिजे. मला डोळ्यात तेल घालून बाळाजवळ बसायला लागेल. तुम्हाला काय भाराभर मालक. एक घर धरून राहिला असता तर तिथेच भाकरी खाऊन राहिला असता."

एक कुत्रा : "भाषण बंद कर. पाटलाचा आहेस म्हणून तुला कोणी बोलत नाही. त्या कुरबुराकडून तुला पाटलानं विकत घेतलंय. आम्हाला कुणी विकत घेतलं नाही. आम्ही आमच्या मनचं राजं, आम्ही लहान असताना नदीत सोडलेलं. देवानं वाचवलं म्हणून या गावच्या नदीकाठी सुखरूप पोहोचलो. आल्या आल्या एका पोरांच्या घोळक्यानं एका फडक्यात लपेटलं व अंग पुसलं. चतकोर भाकरी खायला दिली व घरी घेऊन गेला. त्याची आई भडकली व म्हणाली, 'घरात नाही खायाला. त्यात हे पिलू कशाला आणलंस? दूध मुलखाचं महाग झालंय. लांब

सोडून ये त्याला.’ ते पोर गपगुमान मला उचलून गावाच्या वेशीजवळ सोडून गेलं. लहान होतो तेव्हा कुणी बिस्कीट, ब्रेडचा तुकडा टाकत असे. त्यावर माझं पोट भरं. जसजसा मोठा झालो तसं लोक हिडीसफिडीस करू लागले. आता कुणीतरी चतकोर भाकरी दिली तरच, नाहीतर उपाशी.’’

मोती : “माफ कर मित्रा, खरंच माझं नशीब चांगलं म्हणून मला चांगला मालक मिळाला. तुझं ऐकून दुःख झालं.

तोच कुत्रा म्हणाला, “सध्या कोणाच्या घराजवळ गेलं तर कुणीतरी भाकरी टाकतं पण कधीकधी भाकरीच्या आशेनं जवळ गेलं तर काठीचा मार मिळतो. दिवसभर अंगात कळा सुटतात, उठवत नाही. कुठंतरी आडोसा घेऊन पाय ओढत ओढत एका ठिकाणी निपचित पडून राहतो. तो दिवसपण तसाच उपाशी जातो. कुणी मला औषध वा चतकोर भाकरीपण देत नाही. पोटात डोंब उसळलेला असतो. कुणाच्या दारात गेलं तर तिथेपण हड् म्हणून कुणी दगड मारतंच. तुझ्यासारखा मला पण मालक असता, तर मी पण तुझ्यासारखा गुबगुबीत व स्वच्छ दिसलो असतो. मला माणसाची चाकरी करायला आवडेल, पण माझ्याकडे बघून मला कुणी जवळ करत नाही. रात्र झाली की मी पूर्ण गल्लीचा पाहारा करतो पण ते कुणालाच माहीत नाही.’’

सर्व कुत्री आपापल्या मालकाकडे मन दुःखी करून जाऊ लागतात व तो कुत्रा एकटाच त्या राखेत आपलं अंग जोरात घुसळून घेतो. स्वच्छ झाल्याचं त्याला समाधान वाटतं. आता त्याला काळजी लागली की कुठल्या गल्लीत कोण बाई आपल्याला भाकरीचा तुकडा देईल व त्याची भूक भागेल.

तात्पर्य : भटक्या कुत्र्यांना व जनावरांना कोणीच घास देत नाही, शक्य झालं तर आपण घास द्यावा.

◆

गर्विष्ठ बेडूक

पावसाने आपली भेट पृथ्वीशी ठरवली होती पण न सांगताच गाजावाजा करत त्याने अचानक हजेरी दिली. पृथ्वीला पावसाचे हे नखरे माहीत होते. पावसाच्या आगमनामुळे पृथ्वीला आनंद मात्र झाला. तब्बल एक वर्षानंतर तिला पाऊस भेटला. तिला भेटताच त्याने तिला ओलंचिंब केलं. पृथ्वी हरखून गेली. कारण तिची वस्त्रं विटलेली होती, पण आता तिला नवा हिरवागार शालू मिळणार व त्यावर रंगीबेरंगी फुलांचा कशिदापण. तिने त्याचं स्वागत आनंदाने केलं, कारण की तिची लेकरं पाणी व धान्यामुळे तृप्त होतील. न बोलवता न चुकता पाऊस आपली हजेरी वर्षानुवर्षे लावत असतो. हे पावसाचं व पृथ्वीचं ऋणानुबंधाचं नातं आहे. हे चक्र चिरंतन चालूच राहील.

पावसामुळे नद्या, तलाव, ओढे तुडुंब भरतात. लगेच त्यांच्या भोवती हिरवंगार रान आपोआप डोकं वरती काढतं व डोलू लागतं. एका गावाजवळ भलामोठा तलाव होता. त्याच्या आजूबाजूला हिरवागार गवताचा गालिचा पसरलेला. त्यावर छोटी-छोटी पिवळी रानफुलं आपल्या सवंगड्यांबरोबर डोलत होती. त्या तलावात अनेक तऱ्हेतऱ्हेचे मासे व बेडूक होते. आज जरा ऊन पडलं होतं. पाऊस जरासा थांबला होता. त्यामुळे तलावातले काही खोडकर बेडूक तलावाकाठी येऊन टिवल्याबावल्या करत फिरत होते. सर्वजण सामूहिकपणे डराव-डराव गाणीपण गाऊ लागले. तलावाच्या बाजूने गवतावर अनेक कीटक उड्या मारत असतात. आज बेडकांना मेजवानीच होती. टोळ, मुंग्या, अळ्या असे अनेकजण पाऊस थांबल्यामुळे उन्हात खेळायला, चारा शोधायला तलावाकाठी गोळा झाले होते.

एक जनावरांचा कळप आनंदात हिरवं गवत चरत असतो. ती जनावरं आपले डोळे मिटून शांत चित्ताने गवताचा घास रवंथ करत, मध्येच शेपटीने माश्या उडवत आणि बेडकांपासून जरा दूरच चरत असतात. चरणाऱ्या गाईम्हशींना बघून बेडकांना आणखीनच जोर येतो.

एक बेडूक : "आपलं अंग बघ कसं पिवळंधमक आहे. डोळे कसे टपोरे आहेत. आपण माशांसारखे पाण्यात पण पोहू शकतो व जमिनीवर पण राहू शकतो.मधून मधून थोडं उडूपण शकतो. या गाईम्हशींना पाण्यात पोहता येतं, त्यांचं फक्त शरीरच मोठं; पण बुद्धीने मंद. म्हणूनच मनुष्य यांचा पुरेपूर फायदा घेतो. किती गरीब आहेत या! यांना बांधून ठेवलं की ह्या एका जागी गपगुमान व भिऊन राहतात व जेवढी वैरण देतील तेवढंच खातात. भूक असली तरी त्या मागत नाहीत. ना त्यांना आपल्यासारखं दूर-दूर जाता येतं. एक गाव एक घर बस्स. न यांना जगाची काही माहिती. आपण मात्र आपल्या मनाचे राजे. आपल्याला कुणी मालक नाही व आपल्यावर कुणाची हुकूमशाही नाही."

गाय रागाने : "खूप ऐकलं. तू खरंच हुशार, सुंदर व स्वच्छंदी आहेस. तुझे बटबटीत डोळे, अतिशय बारीक पाय व शरीर म्हणजे एक भला मोठा चौकोनी गोळा, ना रूप, तरी तू सुंदर? हा हा

हाऽऽऽऽ... म्हणूनच तू माणसाच्या तावडीतून सुटलास. कारण तू या पृथ्वीवरचा एक क्षुद्र प्राणी आहेस. तुझा कोणालाच उपयोग नाही पण तुला तलावात राहून माणसाने किती प्रगती केली ते कसं कळणार? आमच्याशी मनुष्य प्रेमाने वागतो. मुलांसारखं वाढवतो व तेवढीच काळजीपण घेतो. संध्याकाळी आपल्या घरात गोठ्यात बांधतो व सर्व घर आमची काळजी करतं.''

बेडूक : ''तुम्ही हुशार असता तर आमच्यासारखे वनामध्ये बिनधास्त राहिला असता व मनसोक्तपणाने कधीही चरत बसला असता.''

गाय : ''किती बोलतोस व स्वत:चीच स्तुती करतोस? आमचं जीवन आम्ही दुसऱ्यांसाठी घालवतो. आमचं दूध मनुष्याच्या मुलांना देतो व त्यांची मुलं मोठी होताना पाहून त्यातच आम्हाला आनंद वाटतो. आमचं शेण शेतकरी खत म्हणून वापरतो.''

बेडूक आपलं शरीर जोरात फुगवतो व गाईला उद्देशून म्हणतो, ''बस्स झालं तुझं तत्त्वज्ञान. त्या मनुष्याला तू आयतं दूध देतेस म्हणून तो तुम्हाला सांभाळतो. मनुष्य कधीच स्वत:च्या फायद्याशिवाय कुणाकडे ढुंकूनही बघत नाही. आम्हाला तो सांभाळतो का, ते विचार. तुम्ही, बकऱ्या व म्हशी दूध देता म्हणून तो तुमचं पालनपोषण करतो. तो स्वत:च्या वृद्ध आईवडिलांनापण व्यवस्थित सांभाळू शकत नाही. तुम्ही खरंच मूर्ख आहात. म्हणून तो पुरेपूर तुमचा उपयोग करून घेतो. तुमच्या मृत्यूनंतरही तो तुमचं कातडं उपयोगात आणतो. आम्हाला तुमची दया येते. त्याने तुम्हाला लहानपणापासून दुबळं केलं आहे. तुम्ही बिनधास्तपणे एकटं कधीच राहू शकत नाही. चुकून तुमच्यातलं कुणी धाडसाने जरा त्यांच्यापासून दूर जाण्याचा प्रयत्न केला तरी तो तुम्हाला बांधून चाबकाचे फटके देतो. चला रे गड्यांनो, यांच्याशी वाद घालण्यात अर्थ नाही. आपले मित्र मासे वाट पाहत असतील. आपण स्वच्छंदी आहोत.''

सर्व बेडूक त्याच्यापाठोपाठ पाण्यात उड्या मारतात.

गाय बेडकाने मठ्ठ म्हटलं म्हणून दु:खी होते व हळूहळू बेडकांपासून दूर जायला लागते. चालत चालत ती आपल्या कळपात जाते. तिला दु:खी पाहून एक म्हैस विचारते, ''काय गं, तू कळपातून मध्येच कुठे निघून गेली होतीस? आणि तू दु:खी का दिसतेस? त्या मूर्ख बेडकांच्या

नादाला कशाला लागलीस?''

गाय : ''आपल्याला ते मंद बुद्धीचे, दुबळे, मठ्ठ प्राणी असे म्हणाले.''

म्हशीला हे ऐकून खूप राग आला. तिने जोरजोरात आपली शिंगं हलवली व पाय आपटत म्हणाली, ''तू तिथे गेलीसच का? आपण सर्व जीवन मनुष्यासाठी अर्पण करतो. तो पण आपल्याला घरचं एक माणूस म्हणून पाहतो. आपल्या दुधावर त्याची तान्ही मुलं वाढतात. त्याचा आपल्याला परमानंद होतो. ते त्या क्षुद्र बेडकाला काय कळणार? तो म्हणतो त्यात थोडं तथ्य आहे, की पिढ्यान्‌पिढ्या आपण माणसाचे गुलामच आहोत. आपल्याला मनसोक्तपणाने फिरता येत नाही. पण उन्हापावसाची पर्वा न करता, न चुकता तो आयती वैरण आणून घालतो व आपल्याला उपाशी कधीच ठेवत नाही, आपल्या दुधाला ते अमृत म्हणतात, हेच आपलं भाग्य. तो बेडूक छोटा आहे, पण बुद्धिमान आहे. त्याला गर्व चढला आहे. त्याला कोणी वाली नाही

म्हणून तो आपल्याला तुच्छ लेखतो. त्या डबक्यात राहून आजुबाजूच्या प्रगतीचा त्याला अंदाज नाही. तो फक्त आजच्यापुरता आणि स्वत:साठी जगतो.''

असं म्हणून म्हैस आपल्याबरोबर एका मैत्रिणीला घेऊन तलावाच्या काठी जाते. थोडा वेळ ती तिथेच गवत खात बसते. बेडकांची टोळी पाण्यात डुबकी मारून परत उन्हात बसायला येते.

म्हैस : ''या बेडूकराव, काय टवाळक्याच करता काय? काम-धाम नाही वाटतं? तुम्ही या पृथ्वीवरती निरुपयोगी प्राणी आहात. ना तुमचा कोणाला काही उपयोग. तुम्हाला पाहून लहान मुलं पण दगड मारतात व आम्हाला पाहून धावत प्रेमाने जवळ येतात. आम्ही शांत आहोत याचा फायदा घेऊ नका. आमची ताकद तुमच्यापेक्षा जास्त आहे. मी एक पाय जरी तुमच्यावर चुकून ठेवला, तर तुमचा चेंदामेंदा होईल. पण आम्हाला तसं करायचं नाही. तुम्ही आमचा नाद करू नका, भारी पडेल कधीतरी.''

बेडूक हसत, ''मी चेष्टेने गायीला म्हणालो होतो. तिने एवढं कशाला मनाला लावून घेतलं. यापुढे आम्ही कधीच कुणाला दुखवून बोलणार नाही.''

सर्व बेडूक आपल्या माना लाजेने खाली घालून गडबडीने पाण्यात निघून जातात.

तात्पर्य : आपण कोणालाही तुच्छ लेखू नये.

◆

चेतक

राजस्थान राज्यात 'टिकीया' नावाचं एक छोटसं गाव होतं. त्याच्या आजूबाजूला ठाकुरांनी बरीच झाडी लावली होती. चिंच, बाभूळ, एरंड, कडुलिंब अशी पाणी कमी लागणारी अनेक झाडं त्याच्या वाडवडिलांनी लावली होती व त्याने पण त्यात भर घातली होती. कडुलिंबाच्या झाडांमुळे गारवा व शुद्ध हवा त्या गावाला मिळत होती. तसंच त्या छोट्याशा गावात चार-पाच विहिरी होत्या जिथे मुबलक पाणी होतं. ठाकुरांनीच गावात विद्यालय, देवीचं पुरातन मंदिर जतन केलं होतं. ते आपण स्वत: होऊन गावाच्या प्रगतीकडे लक्ष घालत होते. त्यामुळे ते गाव सुखसमृद्धीने नटलेलं होतं. रोगराई पण त्या गावात यायला धजत नव्हती. राजस्थानमध्ये असूनही त्या गावात सतत गारवा व हिरवीगार गव्हाची शेतीवाडी बहरलेली असायची. गव्हाची मळणी झाली की शेतकरी कडधान्ये पेरत असत. तिथले लोक मनाने समृद्ध होते.

मानसिंग हा त्या गावचा ठाकूर. उमदा, तडफदार, हुशार व प्रेमळ होता. परदेशात शिक्षण घेऊनसुद्धा तो आपल्या मायभूमीत परत आला. त्याला आपल्या शिक्षणाचा उपयोग आपल्या गावासाठी करायचा होता. तो जेवढा बुद्धिमान होता तेवढाच धाडसी व अव्वल दर्जाचा शिकारी होता. त्याला जनावरांच्याबद्दल अतोनात प्रेम होतं. त्यामुळे त्याच्या हवेलीत जातिवंत कुत्री, घोडी व गाईम्हशींचा ताफा होता. तो जसा नावाचा ठाकूर होता तसा हाडामांसाचा शेतकरी होता. तो तरुण होता पण जीवनाची त्याला नस सापडली होती. गडीमाणसांच्या मुलांच्या संगोपनात व शिक्षणात तो जातीने लक्ष देत होता. त्याच्या हवेलीच्या पाठीमागे गडीमाणसांना राहायला खोल्या बांधून दिल्या होत्या. त्यांचं

आजारपण, सणवार तो आपल्या घरच्या सारखं बघत होता. म्हणूनच गडीमाणसं व गावची लोकं त्याला राजासारखा मानसन्मान देत होते. पंचक्रोशीत ठाकूरचं नाव मशहूर होतं. त्याच्या शब्दाला आजूबाजूच्या खेड्यांत फार मान होता. जनावरांचा सौदा करण्यात तो कधीही पैशाची तडजोड करत नसे म्हणून त्याचा न्याय आजपर्यंत कुणीही फिरवला नाही.

चेतक हा त्याचा आवडता घोडा. पांढरा शुभ्र, उंचापुरा व माथ्यावर काळा ठिपका. असा त्याचा रुबाब होता, मानसिंगचा फेरा पहाटे उठून न चुकता या जनावरांच्या तबेल्यात असे. त्यांच्यावरती सतत त्याची बारीक नजर असे. त्यांना तो मायेने हाक मारे व गोंजारे. तो आला की सर्व जनावरं त्याला चाटायचा प्रयत्न करीत.

राजस्थान आता थंड हवेत गुरफटून गेलं. सकाळचे आठ वाजले तरी थंडी काही ओसरत नव्हती. एके दिवशी मानसिंग आपल्या बायकोला म्हणाला, ‘‘मी व माझे मित्र दुपारी शिकारीला जाणार आहोत. तू आम्हाला जेवण बांधून दे. माझ्याबरोबर चेतक येईल.’’

बायको : “आता कडाक्याची थंडी. रात्र लवकर होते. रस्ता अंधाराचा, जंगल पण फार लांब आहे. शक्यतो लवकर परत या. नीट जपून, सांभाळून जा.”

“अगं, चेतक आहे ना बरोबर. तू काही काळजी करू नकोस. माझे मित्रपण आले आहेत,” मानसिंग हसून म्हणाला आणि चेतकवर टांग टाकत त्याला टाच दिली. पाठोपाठ त्याचे मित्रपण निघाले. दीर्घ श्वास सोडत मानसिंग व त्याचे मित्र दाट जंगलात वाट तुडवत, गप्पा मारत निघाले.

अचानक एका गरुडाची झेप एका पाखरावर पडली. त्याने पंज्यात पकडलेले पाखरू तडफडत खाली पडलं. ठाकूरने क्षणाचाही विलंब न लावता त्या पाखराला आपल्या ओंजळीत घेतलं. पाखराने पंख फडफडवून जीवदान मिळाल्याबद्दल आनंद व्यक्त केला.

ठाकूर : “आज मी तुला सोडणार नाही. तो गरूड, तुझा भक्षक, तुला फस्त करण्यासाठी टपलेला आहे.”

असं म्हणून त्याने पाखराला आपल्याजवळ ठेवून घेतलं.

एक मित्र : “मानसिंग, या जंगलात खूप प्राणी असतील व इथे अचूक शिकार मिळेल. तू नशीबवान आहेस.”

मानसिंग : “माझ्या वडिलांनी असा हुकूमच काढला होता की, जो कोणी झाड तोडेल त्याला कठोर शिक्षा केली जाईल. त्यामुळे झाडं तोडायला कोणीच धजत नसे. म्हणून हे जंगल घनदाट आहे व इथे प्राणीही सुरक्षित आहेत. हे आमचं जंगल असल्यामुळे इथे दुसरे कुणी शिकारीसाठी येत नाहीत. या जंगलात मोठी शिकार मिळते, पण माझ्या वडिलांनी मी तरुण असताना मला सांगितलं होतं की, शक्यतो पाहिजे असेल तेवढीच शिकार कर. हौसेसाठी कुणाचा जीव घेऊ नकोस, ते जिवावर बेतेल.”

मानसिंग व त्याचे मित्र शिकार हुडकण्याच्या नादात घनदाट अरण्यामध्ये पोहोचतात. तिथे त्यांना हरणांचा एक कळप झाडाची पालवी खाताना दिसतो. एक मित्र गडबडीने आपल्या बंदुकीचा नेम त्या निष्पाप जनावरावर धरतो. बघता बघता टपोऱ्या डोळ्यांचं हरीण जमिनीवर घायाळ होऊन पडतं.

मानसिंग : “आता हीच शेवटची शिकार. ह्याच्यापुढे शिकार नाही.

एका वेळी एकच शिकार.''

सर्वांना आता कडाक्याची भूक लागली होती. घोड्यावर बसून मांड्यापण दुखायला लागलेल्या होत्या. ते सर्वजण घोड्यावरून उतरून एका भल्यामोठ्या पिंपळाच्या झाडाखाली जमखाना अंथरून बसले. त्यांनी आपापले डबे उघडले व शिकारीच्या गप्पा मारत जेवण केले. शिकारीच्या मागे पळून पळून ते इतके दमले होते की, जेवल्याबरोबर प्रत्येकजण कलंडला. मानसिंगपण आपल्या चेतक घोड्याला एका दगडाला बांधून झोपी गेला.

थकल्यामुळे बघता बघता ते सर्वजण गाढ झोपी गेले. चेतक व इतर मित्रांचे घोडे त्याच्या आजूबाजूला पाला चरू लागले. एक घोडा चेतकला म्हणाला, ''तू किती पांढरा शुभ्र व गुणी आहेस, तुझ्या नावाला शोभेल असा. तू आमच्यात चमकतोस.''

चेतक : ''माझा मालक व मालकीण मुलासारखं मला सांभाळतात. गड्याकडून दररोज मला घासूनपुसून आंघोळ घालतात. ताजं गवत व हरभरा मला खायला मिळतो. म्हणून मी ताकदवान, देखणा व रुबाबदार आहे.''

सर्वजण झोपेत असतानाच एक भला मोठा नाग त्या शेजारच्या ढोलीतून फुत्कार करत बाहेर आला. चेतकचे कान तीक्ष्ण होतात व तो आवाजाच्या दिशेने पाहतो तर एक भला मोठा नाग मानसिंग व त्याच्या मित्रांकडे सरपटत येत होता.

चेतक नागाला म्हणाला, ''ए भुजंगा, ते झोपलेले आहेत. झोपलेल्यावर कधीच वार करू नये व हा ठाकूर या जंगलाचा मालक आहे. त्यांच्याजवळ जाऊ नकोस.''

नाग : ''ही माझी जागा आहे व मी याचा मालक आहे. माझ्या आवारात कुणी आलेलं मला खपत नाही. मी कुणाला जुमानत नाही.'' असं म्हणत तो मानसिंगच्या दिशेने सरकू लागतो.

चेतक आपल्या दोरीला हिसडा देऊन त्या भुजंगाजवळ येतो व म्हणतो, ''तुझा जीव प्यारा असेल तर त्यांच्यापासून दूर राहा, नाहीतर मी टाचेनं तुला चिरडून टाकीन.''

भुजंग मस्तवाल होता. वर्षानुवर्ष तो त्या परिसरात एक दुष्ट नाग म्हणून प्रसिद्ध होता. त्या बाजूला भीतीने कोणी फिरकत नसे. त्या

घनदाट अरण्यात एवढ्या आतवर यायचं धाडस कुणाचंच होत नसे. मानसिंगला लहानपणापासून या जंगलातल्या वाटा तोंडपाठ होत्या, म्हणूनच त्याने मित्रांसोबत आज इथे यायचं धाडस केलं होतं.

भुजंगाला आपणच सर्वांत श्रेष्ठ आहोत असा गर्व होता. चेतकच्या चेतावणीकडे लक्ष न देता तो पुढे सरकू लागला. हे पाहून चेतक त्याच्यावर धावून गेला व त्या दोघांची जंगी झटापट झाली. चेतकने नागाच्या फण्यावर आपले खूर आपटले.

नाग : "मेलो! मेलो! मला वाचवाऽऽऽ मला सो ऽ ऽ ऽ ड"

चेतक : "झोपलेल्या असाहाय्य माणसांचा तू बळी घेतोस? परमेश्वराने तुला विष दिलं आहे, ते कुणाचा जीव घेण्यासाठी नाही, परमेश्वराने प्रत्येकाला ताकद दिली आहे, त्याचा दुरुपयोग करू नये."

झटापटीचा आवाज, घोड्याच्या टापांचा आवाज यांमुळे मानसिंग जागा होतो व पाहतो, तर त्याच्या शेजारी एक भला मोठा नाग घायाळ होऊन पडलेला असतो. एक क्षण मानसिंगला काही सुचतच नाही. त्याचं लक्ष चेतकच्या पायाकडे जातं, तर त्याचा पाय रक्तबंबाळ

झालेला दिसतो. मानसिंग चटकन उठतो. त्याच्या पायावर पाणी टाकून म्हणतो, ''चावलं का बाळा? तू माझा जीव वाचवलास स्वत:चा जीव धोक्यात घालून.''

तो त्याला गोंजारतो. जवळ घेऊन त्याची मान थोपटतो व म्हणतो, ''आज तुझ्यामुळे मला जीवदान मिळालं. हे ऋण मी कधीही विसरणार नाही.''

त्याचे मित्रपण चेतकचं कौतुक करतात व म्हणतात, ''चेतक हा तुझा अंगरक्षकच आहे.''

तात्पर्य : पाळीव प्राणी जिवाची पर्वा न करता इमानदारीने मालकाचा जीव वाचवतात.

◆

दोस्ती

डोंगरपायथ्याला एक छोटसं टुमदार गाव वसलं होतं. गावाच्या आजूबाजूला हिरवीगार शेती पाचूच्या माणकासारखी शोभून दिसत होती. गाव तसं बेताचंच पसरलेलं पण सधन. कुंभारवाड्याच्या गल्लीच्या टोकाला तीन-चार कडुलिंबाची झाडं आपली डेरेदार सावली येणाऱ्या जाणाऱ्यांना मुक्त हस्ताने देत होती. गावात येणारा प्रत्येक वाटसरू त्या झाडांखाली घटकाभर बसून आपली चतकोर भाकरी खाऊन पुढे जात असे.

ती पौर्णिमेची रात्र होती. चंद्र पूर्णपणे आपल्या ताकदीने पृथ्वीला जणू काही पांढऱ्याशुभ्र पिठाने न्हाऊ घालत होता. या पौर्णिमेच्या पिठोरी प्रकाशामुळे गाव तसं जागंच होतं. कोपऱ्या-कोपऱ्याला केशरी दुधाचा आस्वाद घेत बायाबापड्या घराच्या ओसरीवर बसून मनमुरादपणे चांदण्याचा स्वाद हसत खेळत, गप्पा मारत घेत होत्या.

एक तरुण कावळ्याचं जोडपं पौर्णिमेला दमून भागून त्या गावात एका लिंबोणीच्या झाडावर विसाव्यासाठी उतरलं.

कावळा : "आतापर्यंत आपण तीन-चार गावं पालथी घातली, पण हे गाव मला आवडलं. चोहीकडे हिरवळ, नदीपण कशी तुडुंब भरून वाहत आहे. माणसं आनंदी आहेत. आज आपण चांदण्याची ही रात्र इथे काढू व पहाटे या गावाचा अंदाज घेऊन आपण ठरवू की, इथे घर बांधायचं की आणखी कुठे हुडकायचं?"

कावळीणबाई : "आता मी दमले. ही लिंबोणीची झाडं गर्द आहेत. इथे माणसांची वस्ती आहे, त्यामुळे स्वच्छता आहे व सापाविंचवापासून माझ्या अंड्यांचं व पिलांचं रक्षण होईल."

कावळा : “तुझ्या मनात आहे तसं करूया.”

ते दोघं निर्धास्तपणे झाडावर शांत झोपी गेले.

पहाटेच्या चांदण्यातच गावाच्या रस्त्यावर लोकांची लगबग चालू झाली. शेतावर जाणारी जनावरं व शेतकरी गप्पा मारत निघाले होते. हळूहळू जसा सूर्य डोक्यावर आला तसं गाव पूर्णपणे कामाला लागलं.

दमून भागून आलेले ते दोन जीव गाढ झोपी गेले होते. त्या लिंबोणीच्या गर्द झाडीत किरणं कधी वरती आली, ते त्यांना कळलंच नाही. माणसांच्या वर्दळीमुळे कावळा कावळी दचकून जागे झाले. त्यांनी आपले पंख फडफडवले व चारी बाजूला आपली नजर वळवून पाहिलं. गाव तसं छोटसं, दीडशे-दोनशे उंबरठ्याचं. गावाकडे येणाऱ्या दोन अरुंद, तांबड्या वाटांकडे त्यांची नजर गेली. माणसं त्या वाटांवर ये-जा करत होती. थोडी दूरवर नजर गेल्यावर त्या गावाला हिरवीगार नटलेली टेकडी, शांत वाहणारी नदी व चारी बाजूंनी हिरव्यागार शेतीनं नटवलेलं दिसत होतं.

कावळा : "कालचा पौर्णिमेचा दिवस शुभच म्हणायचा! आपल्याला सुरेख शांत गाव विसाव्याला मिळालं. इथे दाणा-पाण्याची मुबलकता आहे. आपली पोरं उपाशी राहणार नाहीत."

कावळीणबाई : "आपण आता घरटं बांधायची घाई करूया. मी निर्धास्तपणे इथे अंडी उबवू शकते."

दूरवरून एका कुत्र्याची नजर त्या कावळ्याकडे जाते व तो भुंकू लागतो.

कावळा : "का हो दादा? आम्ही तुमच्या गावचे पाहुणे. आम्हाला तुमचं गाव आवडलं. आमच्याशी दोस्ती कराल का?"

कुत्रा : "आमचं गाव सगळ्यांनाच आवडतं. तुम्ही या झाडावर खुशाल राहू शकता. मी दररोज सकाळ, संध्याकाळ तुम्हाला भेटत जाईन. इथल्या लेकुरवाळ्या बायका खायला-प्यायला तुम्हाला कधी कमी करणार नाहीत."

कावळीणबाई : "आम्ही इथे घरटं बांधावं म्हणतोय.माझी पिलंपण याच गावात मोठी होतील."

कुत्रा : "तुमच्या पिलांकडे मी लक्ष देईन. साप, विंचू, टवाळ पोरं यांना पण झाडावर चढू देणार नाही. ते चढले तर मी त्यांना चावून रक्तबंबाळ करीन. तुम्ही बिनधास्त राहा."

कावळा : "धन्यवाद! एवढी आमच्या पिलांची काळजी करणारे तुम्ही असताना आम्ही खुशाल व बिनधास्तपणे आमचं घरटं बांधायच्या कामाला लागतो. एक-एक सुबक, मऊ काटकी गोळा करून घर बांधायला लागेल."

कावळ्याने मग लगेच काटक्या गोळा करायला सुरुवात केली. त्याने उडत-उडत जाऊन चोचीतनं काटकी आणली की कावळीणबाई आपल्या चोचीने घासूनपुसून बघे व आवडली नाही, तर खाली टाकून देई. कधी कधी पाच-सहा काटक्या ती खुशाल खाली फेकून देई.

कावळा रागावून म्हणे, "आयतं बसून मला कामाला लावतेस. मी दूरवरून काटक्या घेऊन येतोय. माझे पंख पण उडूनउडून दुखतात. याचा तू विचार करत नाहीस."

कावळीणबाई : "अंडी उबवताना आपलं घरटं मऊ पाहिजे. नाहीतर अंडी फुटतील. एवढंपण तुम्हाला कळत नाही का?"

कावळा : "तू सुगरण व हुशार, तुला पाहिजे तेवढ्या मऊ काटक्या मी आणून देईन, मग तर झालं? पण आपली पिलं चांगली उबव."

बघता बघता आठ-दहा दिवसांत एक सुंदरसं घरटं लिंबोणीच्या झाडावर तयार झालं. कावळीणबाई आता आपली अंडी ऊबेला घेऊन शांतपणाने आपल्या घरट्यात बसून होत्या. कावळा उडत जाऊन काहीतरी किडे, भाकरीचा तुकडा तिला खायला आणून देई. कुत्रापण न चुकता त्याला कुणी भाकरी दिली तर धावतपळत झाडाखाली आणून ठेवत असे व म्हणे, "कावळेदादा, हा भाकरीचा तुकडा ताईला द्या."

कावळ्याच्या व कुत्र्याच्या गप्पा संध्याकाळ झाली की रंगत. कुत्रा दिवसभरातल्या गावातल्या बातम्या सांगे व कावळा आजूबाजूच्या गावातल्या बातम्या सांगे.

कुत्रा कावळ्याला म्हणाला, "आता तू ताईला सोडून कुठेही जाऊ नकोस. तिला आता तुझी साथ पाहिजे. तू तिला धीर दिला पाहिजे. ती बसून बसून कंटाळली असेल. तू तिच्याजवळ बसून गप्पा मारल्यास तर तिचा वेळ चांगला जाईल. तू आता कष्ट घेऊ नकोस. माझ्यातली चतकोर भाकरी मी तुम्हा दोघांना देत जाईन. तुम्हाला अगदीच बाहेर जावंसं वाटलं तर मला सांगून जा म्हणजे मी तुमच्या अंड्यांचं रक्षण करीन."

कधीकधी झाडाखाली वाटसरूचं राहिलेलं अन्नपण कावळा-कावळीण खात असत व त्यावर त्यांचं पोट भरत असे.

पहाटेची झुळूक लिंबोणीच्या झाडाची पाने हळुवारपणे हलवत होती. कावळीणबाईला पहाटेच तीन पिलं झाली होती. कावळीणबाई कौतुकाने आपल्या पिलांकडे बघत होती. ती इवलीशी बिनपंखांची मांसागोळ्याची पिलं, ना रूप ना रंग. तरीही त्या पिलांच्याकडे बघून कावळीणीला वाटलं जगात सर्वांत देखणी माझीच मुलं होतील.

तेवढ्यात खालून कुत्र्याचा आवाज येतो, "ताई, पिलं आली का? कावळेदादा, तू थांब, मी भाकरीचा तुकडा तुला आणून देतो. तू आता डोळ्यात तेल घालून पिलांचं रक्षण कर."

कावळा समाधानाने आपल्या पिलांकडे व कावळीणबाईकडे बघतो व काव-काव करून आपला आनंद व्यक्त करतो. कुत्रा धावत पळत एका घरासमोर जाऊन भुंकतो. भुंकल्याबरोबर एक बाई बाहेर येऊन

त्याला भाकरी टाकते. तो ती भाकरी घेऊन लिंबोणीच्या झाडाखाली येतो व म्हणतो, "ताई, ही भाकरी घ्या. तुम्हाला दोघांना व पिलांना दोन-तीन दिवस पुरेल."

कुत्रा सलग पाच सहा दिवस एक दिवस आड करून एक भाकरी आणून त्या झाडाखाली ठेवून बसे व पिलांची हालहवाल विचारून जाई. कावळा व कुत्र्याच्या दोस्तीबद्दल गावात चर्चा होऊ लागली. त्या कुत्र्याचं निःस्वार्थ प्रेम पाहून लोकांना पण त्या कुत्र्याबद्दल दया वाटू लागली. बघता बघता कावळ्याची पिलं मोठी झाली. त्यांना पंख फुटू लागले. त्यांच्या किलबिल आवाजामुळे कुत्र्याला पण आनंद वाटे. तो पण झाडाभोवती गोल गोल घिरट्या मारून भुंकू लागे. दिवसामागे दिवस वाऱ्यासारखे उडून गेले. आता कावळ्याची पिलं मोठी झाली. त्यांच्या पंखात बळ आलं व एक दिवस झाडाखाली येऊन ती कुत्र्याच्या शेपटीशी व त्याच्या अंगावर खेळू लागली. त्यांची ही दोस्ती कावळा व कावळीण झाडावर बसून कौतुकाने पाहत.

आता उन्हाचे चटके पृथ्वीला लागू लागले. पशुपक्षी आपला जीव उन्हापासून वाचवायला लिंबोणीच्या झाडावर येऊन बसू लागले. लिंबोणीच्या

झाडाची हिरवीगर्द छत्री येणाऱ्या जाणाऱ्या वाटसरू व पक्ष्यांना आकर्षित करत होती. त्याचा गारवा प्रत्येकाला हवासा वाटू लागला. लिंबोणीचा गारवा पाहून एक कावळ्याचं नवीन जोडपं झाडावर येऊन घरटं बांधायला लागलं.

पहिला कावळा : "हे गाव, ही झाडं व माझा दोस्त कुत्रा ही सर्वजण तुमचं रक्षण करतील."

कावळ्याचं कुटुंब व त्यात आणखी नवीन पाहुणे आता त्या झाडावर गर्दी करून राहू लागले. कावळा आपल्या व कुत्र्याच्या दोस्तीचे किस्से आल्या-गेलेल्याला कौतुकाने सांगत असे. कुत्र्याला आता अनेक सवंगडी गप्पा मारायला मिळाले. लिंबोणीच्या झाडाला आपलं घर आता भरल्यासारखं वाटू लागलं. पक्ष्यांचा संसार वाढताना पाहून लिंबोणीच्या झाडाला आपल्या जीवनाचं सार्थक झाल्याचं समाधान झालं.

तात्पर्य : शांतता, स्वच्छ हवा मनुष्य व पशुपक्ष्यांना पण प्रिय आहे.

◆

जिद्द

पांढऱ्या शुभ्र बर्फाने काश्मीरच्या सर्व दऱ्या-खोरी, पर्वत पूर्णपणे झाकून टाकले. कुठेच मातीचा लवलेश नव्हता. सृष्टी पांढरीशुभ्र चादर पांघरून स्वस्थ बसली होती. सर्व वातावरण गारठून गेलं होतं. थोडी फार चिनारची झाडं अंग आकसून तटस्थ पहारेकऱ्यासारखी उभी होती. त्यांच्या अंगावरपण बर्फाने आपला वर्षाव केला होता. मध्येच वारा आला तर त्याच्या अंगावरचा बर्फ खाली पडे व त्यामुळे त्याला तरतरी येई. बर्फामुळे सर्व प्राणीपक्षी कुठे नाहीसे झाले होते. आपापल्या घरट्यांत, बिळांत आपली पिलं ऊबेला घेऊन बसले होते.

बर्फवृष्टीमुळे कोल्हा काकडून गारठला होता. त्याला गारठ्यामुळे काहीच सुचत नव्हतं व पोटात पण भुकेने डोंब उठला होता. त्यातच त्याच्या दोन बच्च्यांच्या भुकेने कासावीस झालेल्या चेहऱ्याकडे पाहवत नव्हतं. शिकार हुडकून तो दमला होता. बर्फामुळे सर्व वातावरण थंडगार झालं होतं. एक चिटपाखरूदेखील शिकार करावी म्हणून नव्हतं. त्याच्या उबेला त्याची दोन पिलं कशीबशी तग धरून बसली होती. तो आपल्या बिळाच्या तोंडाशी तीक्ष्ण नजरेने शिकार हेरायचा प्रयत्न करत होता. आपली झुपकेदार शेपटी हलवत, चिंतन करत बसला होता.

अचानक त्याची नजर बिळाच्या तोंडासमोर गेली, तर त्याचा मित्र पक्षी येऊन म्हणतो, "काय कोल्हेदादा, गप्प का? चला शिकार करू या. केव्हापासून मी तुझ्या बिळासमोर भिरभिर उडत आहे, पण तुझं लक्षच नाही. तुझी पिलं आता मोठी झाली आहेत. थोड्याच दिवसांत ती पण तुझ्याबरोबर शिकारीला येतील? त्यांना तुझ्यासारखंच शिकारीतलं

चातुर्य शिकवलंस का? या एवढ्या इलाक्यात तुझ्यासारखा धूर्त व चाणाक्ष शिकारी मी पाहिला नाही.''

कोल्हा : ''काय करू? या थंडीमुळे ना बाहेर पडता येतं, ना शिकार मिळते. दोन दिवसांपासून आम्ही उपाशी आहोत. जीव भुकेने कासावीस झाला आहे. मुलंपण रडकुंडीला आली आहेत. त्यांनी रडूनरडून मला हैराण केलं आहे. भुकेमुळे काहीच सुचत नाही.''

पक्षी : ''अरे शहाण्या, एवढा दु:खी होऊ नकोस. तू चतुर आहेस, धाडसी व शिकारी आहेस. तू असा हातपाय गाळून का बसला आहेस? घराबाहेर पडू. तुला शिकार आपोआप मिळेल. घरी बसून परमेश्वर पण आपल्या तोंडात घास घालत नाही, त्यासाठी परिस्थितीवर मात करायला पाहिजे. साधी मुंगीपण आपलं अन्न पावसाच्या आधी बेगमी करून ठेवते. असं तू जर केलं असतंस, तर ही उपासमार थांबली असती. चल माझ्याबरोबर, मी तुला कशी शिकार करायची ते शिकवतो. शेजारचा तलाव जो बर्फाने आच्छादला आहे. त्यामध्ये अडकलेले मासे तुला मिळतील. तुझ्या बेरक्या नजरेने व नाकाने हुंगून तू नक्कीच शिकार हेरशील.''

कोल्ह्याला त्याचं म्हणणं पटलं त्यानं उगीचच आपले पाय लांब केले. झुपकेदार शेपटी हलवली व तोंड वर करून हु की हूऽ चा आवाज काढला. त्याला आता जोश आला. तो लगबगीने उठला व एक नजर आपल्या पिलांवर टाकली. त्यांना ताकीद देऊन तो बिळाबाहेर पडला.

चारी बाजूला भयानक शांतता, पृथ्वी स्तब्ध झाली असं वाटत होतं. सूर्याची किरणं बर्फावर पडलेली; त्यामुळे जरासा सोनेरी प्रकाश पसरलेला होता. कोल्ह्याने बर्फावर पाय ठेवताच त्याच्या डोक्यात एक तीक्ष्ण कळ आली. त्याला परमेश्वर आठवला. तो गारवा त्याला सोसवेना, पण त्याने जिद्दीने आपली ताकद एकवटली. हळूहळू पावलं टाकत चालू लागला. आजूबाजूला त्याची नजर गेली पण त्याला एक चिटपाखरू देखील नजरेला पडेना फक्त त्याचा मित्र खंड्या पक्षी जमिनीवरचं अंतर सोडून कोल्ह्यापुढे त्याला रस्ता दाखवत जात होता.

तो म्हणाला, "एवढासा छोटासा पक्षी, या थंडगार बर्फात आरामात उडू शकतो. तर मी चालू शकत नाही?"

कोल्हा धीर करून पक्ष्याच्या पाठोपाठ त्या तलावाकाठी गेला. तलावावरती त्याची नजर पडली. तो तलाव गोठून गेला होता. त्याच्या तीक्ष्ण नाकाने मासे कुठे आहेत हे अचूक हेरलं. आता त्याच्या तोंडाला पाणी सुटलं व त्याला लुप्त झालेलं बळ आलं. त्याने हावरटासारखं आपल्या दोन्ही पायांनी बर्फ खोदायला सुरुवात केली, पण तो बर्फ काही हलला नाही. त्याचे पाय मात्र गारठून गेले.

कोल्हा आता दमूनभागून त्या तलावाकाठी अश्रू ढाळत हतबल होऊन बसला. त्याला वाटलं आजपण आपला उपवास. त्याने अश्रू पुसले व परत उभा राहिला. त्याच्या डोळ्यांसमोर त्याची उपाशी पिलं दिसली. बर्फ कसा फोडायचा हा गहन विचार त्याच्या डोक्यात थैमान घालू लागला. मासा कसा पकडायचा हा प्रश्न त्याच्यासमोर उभा राहिला. त्याने आकाशाकडे बारीक डोळे करून पाहिलं. त्याच्याशेजारी तो खंड्या पक्षी उडताना दिसला.

खंड्या : "आता मी कशी शिकार करतो ते तू पाहा. निराश होऊ नकोस."

पक्षी आकाशात उंच उंच गेला व वेगाने त्या बर्फावरती आपल्या चोचीने छेद पाडला. त्याने पटकन मासा पकडला व एका क्षणात आपलं भक्ष्य घेऊन तो उडूनपण गेला. कोल्ह्याला आपल्या चतुराईचा गर्व होता. पण आज त्याला एका छोट्या पक्ष्याने त्याची चतुराई दाखवली व नकळत शिकारीची युक्तीपण सुचवून गेला.

कोल्हा : "मला पण देवाने खंड्या पक्ष्यासारखी मजबूत, टोकदार

चोच दिली असती तर मी पण बर्फ फोडून मासे खाल्ले असते. आता काहीही करून मला मासा पकडलाच पाहिजे. मी त्या छोट्या पक्ष्याला जिंकूनच दाखवेन.''

कोल्हा पळतपळत तलावापासून दूर जातो व जोरात पळत येऊन त्या पक्ष्याने बर्फावर भोक केलेलं असतं, तिथे आपली ताकद एकवटून मुसंडी मारतो. बर्फ थोडासा सरकतो, पण त्यात त्याचं डोकं जात नाही. डोकं बर्फावर आपटल्यामुळे कोल्हा तोल जाऊन जमिनीवर पडतो. तो आपली जिद्द सोडत नाही. थोड्याच क्षणांत तो परत पवित्रा घेतो आणि पुन्हा ताकद एकवटून त्या बर्फावर आपलं तोंड जोरात आपटतो. एकदम त्याच्या डोक्यात गारठ्याने झिणझिण्या येतात, तरी तो हार मानत नाही. आता तिथे त्याची मान जाईल एवढा मोठा खड्डा पडतो. तो मोठा भोसका पाहून त्याचा आनंद गगनात मावत नाही. आता त्याची शिकार जवळच होती. त्याचा मित्र खंड्याने मदत केलेल्याचं तो सार्थक करतो व मनोमन त्याचे आभार मानतो. तो आपल्या दोन्ही पायांनी बर्फ उकरून काढतो. जरा दम घेऊन तो आपल्या तीक्ष्ण नजरेने त्या पाण्यातले मासे हेरतो. भलेमोठे दोन मासे त्याच्या पुढच्या पायांमधून पोहत जाताना त्याला दिसतात. तो आनंदाने त्या माशांच्याकडे बघतो.

त्यांना पाहून त्याला जोश येतो व पटकन आपल्या जबड्यात त्यांना तो चपळाईने पकडतो. आपण केलेल्या शिकारीबद्दल त्याला समाधान वाटतं. आता त्याला थंडीची भीती वाटत नाही. तो आनंदाने नाचू लागतो. ते मासे तोंडात धरून तो आपल्या घरी आणतो. मुलांच्यासमोर मासे ठेवल्याबरोबर मुले अंगाखांद्यावर खेळत मासे कधी फस्त करतात ते त्याला कळतच नाही. मुलांची भूक भागली म्हणून त्याला समाधान वाटतं. तो आपले पाय लांब करून पोट भरल्यामुळे सुस्त होऊन पडतो. तेवढ्यात त्याला खंड्या पक्ष्याचा आवाज ऐकू येतो.

खंड्या : ''तुझं धाडस पाहून मी खूश झालो. तू हतबल होऊन बसलेलं मला बघवलं नाही. तुझी चतुराई तू विसरून गेला होतास व हातपाय गाळून बसला होतास. मी एवढासा छोटा पक्षी तरी या बर्फावर पिंगा घालत सर्वांना भेटतो. सृष्टीची रूपं अनेक! कधी थंडी तर कधी ऊन-पाऊस! याला घाबरायचं नाही. त्यातून परमेश्वराने अनेक रूपं प्रकट केली आहेत. त्या रूपामध्ये आपण एकरूप व्हायला पाहिजे. परमेश्वराने दिलेल्या बुद्धीचा सदुपयोग केला पाहिजे. हतबल होऊन बसू नये. चतुराईने अशक्य गोष्ट शक्य होते. त्यासाठी धीर व धाडस पाहिजे.''

तात्पर्य : छोटासा पक्षी जिद्दीने सृष्टीवर मात करून भक्ष्य मिळवतो, तसंच आपण जिद्दीने ध्येय पूर्ण करू शकतो.

◆

रक्षणकर्ता

काळे ढग आकाशात मस्तपैकी भ्रमंती करत होते. सकाळची वेळ होती. पण सूर्याच्या किरणांना त्यांनी पूर्णपणे झाकून टाकलं होतं. त्यांची पोटं पाण्याने तुडुंब भरली होती. सुस्तपणाने ते एकमेकांना ढकलत फेर धरून आकाशात फिरत होते. मेघराज मध्येच विजेचा आवाज करत हातात चांदीची काठी घेऊन विजा चमकवत होते. त्यांच्या चांदीच्या काठ्या काळ्या ढगांमध्ये गर्जना करत पृथ्वीला घाबरवत होत्या. बघता बघता त्यांनी आपल्या पोटातलं पाणी पृथ्वीवर रिकामं करायला सुरुवात केली. सूर्योदय पण या काळ्या ढगांच्या घोंगड्यांच्या पाठीमागे कधीच लपून बसला होता. जंगलातील प्राणी-पक्षीपण पावसाच्या भडिमारासमोर भयभीत झाले होते.

घनदाट जंगलात संथ गतीने नदी वाहत होती.टपोरे स्फटिकांसारखे थेंब पाण्यामध्ये पडून चित्रकारासारखं वर्तुळ आखत होते. ते लोभस रूप पाहायला पण कुणाला वेळ नव्हता. प्रत्येक पशुपक्षी आपल्या निवाऱ्याकडे जायच्या गडबडीत होता. डोंगराच्या माथ्यावरून एक झेब्र्यांचा कळप टपोऱ्या थेंबांपासून बचाव करायला खाली मुंडी घालून लडखडत, नदी ओलांडत पाठीमागे वळूनही न बघता आपल्या घराकडे पळत सुटला. त्यांचा म्होरक्या पुढे वाट काढत, मध्येच पाठीमागे बघत झुडपातून निघाला. त्याच्या पाठोपाठ दोन-तीन माद्या आपल्या बछड्यांसकट त्याच्या पाऊलखुणांवर धावत सुटल्या.

पावसाने आता जोर धरला होता. जंगल नि:स्तब्ध झालं होतं. पक्ष्यांचा आवाज कधीच लुप्त झाला होता. सगळीकडे शांतता नांदत होती. नदीच्या किनाऱ्यावर एक मदमस्त हत्तीण पावसाची पर्वा न करता

भिजत होती. पावसाचा पुरेपूर फायदा ती घेत होती. ती आनंदाने आपले कान व सोंड हलवत होती. खूप दिवसांनी तिला आज चिंब भिजता आलं. त्या छोट्याशा जंगलातल्या डबक्यात तिला मनमुरादपणे आंघोळ करता येत नव्हती. तिचं अजस्र काळंकभिन्न शरीर पावसाचे टपोरे थेंब अंगावर सहजपणे झेलत होतं. आज ती खूपच खुशीत होती. तिला आजूबाजूची पण पर्वा नव्हती. तिची ही धुंदी एका कर्कश्श दुःखदायक आवाजाने भेदली. तिने पाहिलं, नदीच्या काठाकडे नुकतंच जन्मलेलं झेब्राचं पिलू, चिखलानं माखलेलं, नदीतून बाहेर यायचा आटोकाट प्रयत्न करत होतं. एक-दोन पावलं टाकली की परत चिखलात पडत होतं. त्याची धडपड असह्य होती व हाक मनाला भेदरवणारी. झेब्राचं पिलू आपलं बळ एकवटून नदीच्या काठावर कसंबसं आलं व हत्तीणीकडे बघून तिच्याकडे चालू लागलं. हत्तीण त्याला बघून जरा लांब जाऊन उभी राहिली. ते पिलू धडपडत हत्तीणीच्या जवळ गेलं. तिने सोंडेने त्याला ढकलण्याचा प्रयत्न केला, पण ते हत्तीणीच्या पोटाखाली चारी पायांमध्ये घाबरून संरक्षणासाठी उभं राहिलं. हत्तीणीचा नाईलाज झाला, कारण त्या केविलवाण्या असहाय्य

बछड्याला आसरा देणं भाग पडलं. ते बछडंपण आपली आई समजून तिच्या पोटाखाली गप्प उभं राहिलं. हत्तीणीने हालचाल न करता फक्त आपल्या सोंडेने त्या बछड्याला एकदा कुरवाळलं व त्याला धीर दिला.

रात्रीने जंगलाला अंध:काराने झाकून टाकलं. रातकिड्यांची किरकिर व काजव्यांचा मंद प्रकाश तेवढा होता. रात्र जशी चढायला लागली तसा भुकेलेल्या कोल्ह्यांचा कळप नदीच्या काठावर भक्ष्य शोधण्यासाठी जमा झाला. त्यांची नजर दूर हत्तीणीच्या पोटाखाली उभा राहिलेल्या झेब्राच्या पिलावर पडली. त्यांच्या तोंडाला पाणी सुटलं व त्यांनी मनात त्याची शिकार करायचं ठरवलं. ते लबाड होते पण हत्तीण त्यांच्यापेक्षा बुद्धिमान, ताकदवान व दयाळू होती. तिने आपल्या बारीक डोळ्यांनी त्यांचा हेतू ओळखला. तिला त्या उडाणटप्पू, हावरट कोल्ह्यांची चीड आली. तिला कळलं की हे कोल्हे या बछड्याच्या वासाने तिच्याभोवती फिरत आहेत पण तिच्या ताकदीसमोर त्यांचं काहीच चालणार नाही. जर हे पिलू चुकून एकटंच भटकत असतं तर त्या निष्ठूर कोल्ह्यांनी त्याचा कधीच फडशा पाडला असता. त्याचं दैव बलवत्तर म्हणून परमेश्वरानं त्याला तिच्या आश्रयाला पाठवलं व तिच्याकडून आज एक पुण्यकर्म करून घेतलं. झेब्राचं पिलू जरासं हत्तीणीपासून लांब जाऊ लागलं तेवढ्यात तिने आपल्या सोंडेने त्याला जवळ ओढलं व एक फटकारा दिला व म्हणाली, ''सकाळ होईपर्यंत माझ्या पोटाखालून हलायचं नाही. ते दुष्ट कोल्हे तुझा फडशा पाडतील. सकाळ झाली की, तुझे आईवडील तुला शोधत इथे येतील. तोपर्यंत मला सोडून कुठंही जाऊ नकोस.''

झेब्रा : ''मी चिखलानं माखलेलो आहे. माझी आई मला ओळखेल ना? मला कोल्ह्यांची भीती वाटते. माझे आई-बाबा येतील ना?''

हत्तीण : ''तुझे आई-बाबा उद्या येतील व या कोल्ह्यांना पळवून लावतील. आता तू शांतपणे माझ्या पोटाखाली झोप.''

कोल्हे हत्तीणीच्या आजूबाजूला लाळ घोटत गोल गोल चकरा मारू लागतात. त्यांच्या तोंडाला पाणी सुटलेले असतं. त्यांतला एक कोल्हा धिटाईने हत्तीणीकडे सरकतो. हत्तीणीला राग आवरत नाही. तिचा संयम सुटतो व ती त्या आगावू कोल्ह्याला सोंडेने उचलून व गोल गोल फिरवून जमिनीवर आपटते.

कोल्हा : ''मेलो! हाडं मोडलीस. तुझं थोडंच बाळ आहे ते? त्याला आमच्या हवाली कर.''

हत्तीण : ''परत हाडं मोडून घ्यायची असतील तर जवळ ये. ते माझ्या आश्रयाला आलं आहे. मला त्याला वाचवलंच पाहिजे.''

तिचा राग बघून सर्व कोल्हे मागच्या पावलाने पळून जातात. एकाचं पण धाडस हत्तीणीच्या समोर जायचं होत नाही.

पृथ्वी आता पूर्णपणे जागी झाली. कालचे काळे ढग नाहीसे झाले. सूर्याच्या किरणांमुळे जंगलात ऊब येऊ लागते. झेब्र्याच्या पिलालापण जराजरा तरतरी येते. तो आता हत्तीणीच्या शेजारी नदीच्याजवळ एका पाषाणावर बसतो. मुक्तपणे आकाशात उडणारे पक्षी पाहून त्याच्या जीवात जीव येतो.

त्याच्याशेजारी एक खंड्या पक्षी येऊन बसतो व म्हणतो, ''का रे एवढा चिखलाने माखलास? चिखलाची आंघोळ केलीस का? तुझे आई-बाबा कुठे गेले?

झेब्रा : "असाच उडत जा व माझ्या आईबाबांना मी इथे आहे म्हणून सांग. मला आज हत्तीणीने कोल्ह्यांपासून वाचवलं म्हणून मी हा सूर्योदय बघत आहे."

खंड्या : "मी आताच उडत जाऊन तुझ्या आईवडिलांना निरोप देतो."

बघता बघता सूर्य माथ्यावर येऊन पोहोचतो जरा उन्हाचे चटके लागू लागतात तेव्हा हत्तीण आपल्या सोंडेने पाणी घेऊन बछड्याचं चिखलाचं अंग पूर्णपणे पाण्याच्या फवाऱ्याने धुऊन टाकते.

पिलू : "खूपच थंडी वाजते व भूकपण लागली आहे."

हत्तीण हसत म्हणते, "आता तू स्वच्छ झालास. तुला तुझी आई दुरूनच ओळखेल. उन्हात शेकत बस. इतक्यात आई येईलच. आतापर्यंत खंड्याने पण त्यांना निरोप दिला असेलच."

दूरवरून कुठेतरी टापांचा आवाज ऐकू येतो. एक झेब्र्यांचा कळप त्यांच्या दिशेने येताना दिसतो. जसजसा कळप जवळ येताना दिसतो, तसतसं पिलू कान टवकारून उभं राहतं. आनंदाने शेपटी हलवत नाचायला लागतं, कारण त्या कळपात त्याची आई असते. आई धावतच जवळ येते व त्याला प्रेमाने चाटायला सुरुवात करते. ते पिलू भुकेलं असतं. ते आपल्या आईचं दूध प्यायला लागतं. मायलेकरांची भेट बघून झेब्र्याच्या कळपाला व हत्तीणीला आनंद होतो.

झेब्रीण हत्तीणीला म्हणते, "ताई, तू माझ्या लेकराला वाचवलंस. तुझे अनंत उपकार. मी तुझी आयुष्यभर ऋणी राहीन."

हत्तीण : "माझी पण लेकरं आहेत व हे माझंच लेकरू म्हणूनच मी याचं संरक्षण केलं. मी काही फार मोठं काम केलं नाही. कोल्ह्याची जातच अशी असते की, ते भक्ष्यच हुडकत असतात. त्यांना दयामाया नसते. तू लेकराला एकटं सोडू नकोस. त्याला सांभाळ."

तात्पर्य : मारणाऱ्यापेक्षा रक्षण करणाराच शेवटी श्रेष्ठ ठरतो.

◆

गोकुळ

सकाळचे दहा वाजले होते तरी थंडी ओसरत नव्हती. आता कुठे ढगाआडून सूर्याची किरणं आकाशातून आपल्या धिम्यागतीने प्रकाश पृथ्वीला देत होती. झाडं, फुलं, सृष्टी थंडीमुळे आपलं अंग आकसून बसलेली. आता आनंदाने त्या प्रकाशात किरणांचा लाभ घेत होती. पक्ष्यांची किलबिल पारिजातकाच्या झाडावरती सुरू झाली. सृष्टी आनंदात होती. हौसा आपल्या घराच्या ओसरीवर तांदूळ पाखडत होती, पण तिचं चित्त दुसरीकडेच होतं. तिचा दादला सकाळीच जनावरांना वैरण आणायला शेतात गेला होता. तो यायची वेळ झाली तरी हिची अजून चूल पेटली नाही. तिच्या हे ध्यानात आल्याबरोबर ती कावरीबावरी होऊन चुलीकडे गेली. चुलीत रात्रीचे दोन-तीन निखारे धिम्यागतीने पेटत होते. तिने दोन शेण्या मोडल्या व त्या चुलीत घातल्या. फुंकणीने विस्तव पेटवू लागली. डोळ्यांत, नाकात धूर गेल्यामुळे तिला समोरचं काहीच दिसेनासं झालं. आज तिचं चित्त कशातच नव्हतं. दररोज पहाटे उठून चूल पेटवणारी हौसा, आज दहा वाजले तरी तिची चूलदेखील पेटली नव्हती. कसंबसं तिनं तवा चुलीवर ठेवला व पाठीमागे तांदूळ धुऊन ठेवले.

एक भाकरी होत नाही तेवढ्यात शंकरची दारातून हाक आली, ''हौसे, झालं का नाय? पोटात आग पडली आहे.''

हौसा : ''हातपाय धुऊन येवा व गरम भाकरी खावा.''

शंकर येऊन तिच्यासमोर बसला तरी तिचं ध्यान कुठे दुसरीकडेच होतं. शंकरने ताटली घेतली व चुलीपुढची भाकरी घेऊन तेल व चटणी तो खाऊ लागला. समोर भाजीचं भांडं दिसलंच नाही. नुसतं भात व

भाकरी. त्याचं लक्ष हौसाकडे गेलं. हौसाच्या डोळ्यांतून अश्रू भाकरीवर ओघळत होते.

शंकर : "अगं खुळे, रडायला काय झालं? मी रागाच्या भरात काय तुला बोललो, ते पन नाय! सासू हाय म्हणून जाच हाय, ते पन नाय! मग बरं वाटत नाय काय?"

हौसा : "न्हाय धनी, सुखानं ठेवलंय तुमी. पण का कोण जाणे कालपासून आईची लई आठवण येतेय. जाऊन भेटून यावं वाटतंय. पहाटेच्या एसटी. नं जाते व सांजचं दूध काढायच्या वेळेस येते."

शंकर : "हत् तेरे की! एवढंच? जा की. दोन दिस राहून ये. मी भात आमटी करून खाईन. माझी पोटाची काळजी करू नगं."

हौसा : "मी सांजचं येते."

हौसाला मूलबाळ नव्हतं. नवरा शेतात गेला की एकटीच घरात. तिला कंटाळा यायचा. कधीकधी मन उदास व्हायचं. शंकर तिचा नवरा देवमाणूस. एका शब्दाने तिला काही बोलायचा नाही. पण तिचं तिलाच वाटे की आपण शंकरची इच्छा पूर्ण करत नाही. जरा आईकडे गेलं, की लहान भावंडांत मन रमायचं म्हणून ती सकाळी लवकर उठून शंकरसाठी जेवण तयार करून सहाची एसटी पकडते. एका तासात ती आपल्या आईच्या घरी पोहोचते. दारात भावंडं तिला बघून तिच्या अंगाशी 'आक्के, आक्के'करून झोंबू लागतात. तिची आई तिला आत स्वयंपाकघरात घेऊन जाते व गरम चहा प्यायला देते. हौसाचा चेहरा माहेरी आल्यामुळे एकदम खुलतो. हौसाची आई तिचं मन जाणते. मुलीची कूस अजून उजवली नाही म्हणून मुलगी दुःखी आहे हे काही न बोलता हौसाच्या डोळ्यांवरून व चेहऱ्यावरून ती हेरते. ती हौसाला आल्यापासून बालपणच्या गमतीजमती सांगून तिला आनंदात रमवत ठेवते. असंच गप्पा व जेवणामध्ये तिन्हीसांज केव्हा होते कळतच नाही. सातची शेवटची एसटी असते. ती आईचा निरोप घेते. आईनं गोडधोड केलेलं बांधून घेते.

आई : "हौसे, तुला साडीचोळी देत नाही. त्याऐवजी तुला एक गंमत देते. त्याचं दोनाचं दहा होतील." असं म्हणून एक छोटीशी परडी, झाकण बंद केलेली, आई तिच्या हाती देते व म्हणते, "हौसे, ही तलंगी कोंबडा-कोंबडी आहेत. घरी घेऊन जा. यांना मोठं कर. त्यांचं दाणापाणी करण्यात तुझा वेळ जाईल. अंडी विकून चार पैसे तुझ्या हातात राहतील, तुझी हौसमौज करायला."

हौसाला अतिशय आनंद होतो व ती परडी घेऊन एसटी पकडून आपल्या घरी येते. शंकर दारातच बसून तिची वाट बघत असतो. तिला पाहून तो गडबडीने उठतो.

"हौसा, करंडीत काय काय आणलंयस? एवढं ओझं घेऊन आलीस?"

हौसा : "डालगं मोठं आहे, पण हलकं आहे."

ती डालगं उतरवून दारातच बसते व शंकरला म्हणते, "हे बघा धनी, माझ्या आईनं मला काय गंमत दिली आहे." असं म्हणून डालग्याचं झाकण उघडते.

शंकर : "तुझ्या आईनं हे ब्येस काम केलं! म्या कधीपासून मनात

धरलेलं की या बाजारात दोन कोंबड्या तुझ्यासाठी घ्याव्या. तुझी आई लईच हुशार निघाली. लुगडं चोळी देण्यापेक्षा हे झकास झालं.''

दिवसामागून दिवस सरत होते. हौसाची कोंबडा-कोंबडी आता मोठी झाली. हौसा त्या कोंबडा-कोंबडीमध्ये रमून गेली होती. तिला काळजी वाटत होती की अजून कोंबडी अंडं कसं देईना. एक दिवस ती न्हाणीत आंघोळीला गेली असताना कोंबडी अडचणीत ठेवलेल्या मोडक्या टोपलीतून क्वाक-क्वाक करत पंख फडफडवत उडून बाहेर जाते. हौसा त्या कोपऱ्यात बघते, तर नऊ-दहा अंडी होती. हौसाला आनंद होतो व ती मनातल्या मनात म्हणते, ''आता हिची राखण बसवते.''

थोड्याच दिवसांत कोंबडी त्या अंड्यांवर खुडूक बसते. हौसा दररोज त्या कोंबडीला कण्या घालू लागते. बघता बघता दिवस सरतात व एक दिवस पहाटे हौसा तोंड धुवायला जाते, तर तिला चिवचिव करणारी पिवळीजर्द छोटी छोटी पिलं त्या टोपलीत नाचताना दिसतात. हौसाने हे सगळं शंकरपासून लपवून ठेवलेलं. तो सुगीच्या कामात इतका गर्क होता की तो कोंबडा-कोंबडी पण विसरून गेलेला. हौसा तशीच ती टोपली उचलून धावत पळत पुढच्या अंगणात शंकर चहा पीत बसलेला असतो त्याच्यासमोर नेऊन ठेवते.

शंकर : ''इतके दिवस हे माझ्यापासून गुपित ठेवलेलं काय? लबाड कुठली!''

आता ती पिलं त्याच्या अंगणात फिरू लागली. हौसा तांदूळ पाखडत हातात एक काठी घेऊन कुठला डोमकावळा किंवा घार दिसली की त्यांना हुसकवायला धावायची. दुपारी त्यांना आपल्या जवळच डालग्यात झाकायची. परत संध्याकाळी शंकर घरी आला की त्याच्या हातात काठी देऊन त्याला राखण करायला बसवायची. महिना झाला, आता पिलं मोठी झाली.

हौसाचं वय तसं लहानच. शंकरचे आईवडील नव्हते. तो लहान असतानाच त्याच्या गावाला पूर येतो व त्यात त्याचे आईवडील वाहून जातात. तो पंधरा-सोळा वर्षांचा असतो. पुराच्या वेळेला तो झाडावर रात्रभर लटकून बसतो. दुसऱ्या दिवशी सकाळी गावची लोकं येऊन त्याला बेशुद्ध, गारठलेल्या अवस्थेत उचलून दवाखान्यात नेऊन बरं करतात. त्याने मृत्यू व जीवन काय आहे हे त्या भयानक पुराच्या रात्री

अनुभवला होता. म्हणून त्याला दु:खाची जाण होती. हौसाचं लगीन त्याच्याशी झालं तेव्हा ती अठरा वर्षांची व हा वीस वर्षांचा होता. त्याच्या मावशीने पुढाकार घेऊन लगीन केलं होतं. त्याला परिस्थितीची जाण फार कोवळ्या वयात पडली म्हणून तो हौसाला मायेने नांदवत होता. बघतबघता त्यांचा संसार फुलू लागला. त्या कोंबड्यांच्यामुळे हौसाला वेळ पुरत नव्हता. आता त्या पिलांच्या कोंबड्या झाल्या होत्या. दररोज सहा-सात अंडी हौसा विकायची व त्याचे पैसे बाजूला ठेवायची.

आता उन्हाळा सुरू झाला. शिवारात कामं कमी झाली. तिची पहाटे उठून कामं करायची लगबगपण कमी झाली. शंकर आता दुसऱ्याच्या शेतात अकरा वाजता कामाला जात होता. तिला एका सुखद बातमीची चाहूल लागली. तिला दुसरा महिना लागला होता. या दोन कोंबड्यांच्या पिलांमुळे तिचं जीवन पार बदलून गेलं होतं. जगायला हुरूप आला होता. एके दिवशी दुपारी घरात तिच्या कपड्यांच्या पेटीतून तिने एक गठळं सोडलं व त्यामध्ये अंडी विकून ठेवलेले पैसे तिने बाहेर काढले. शंकर जेव्हा तिन्हीसांजेला घरी आला तेव्हा तिने त्याच्यासमोर त्या नोटा ठेवल्या व म्हणाली, “धनी, हे पैकं घ्या व गुरुवारच्या बाजारातून एक बकरी घेऊन या. थोड्या अंड्यांचे पैसे व थोडे घरखर्चातले पैसे गोळा करून मी ठेवलेत. कमी पडले तर तुम्ही घाला.”

शंकर हसत म्हणाला, “आता कोंबड्यांचं भूत उतरलं, तर आता बकरीचं. दोन्ही भुतं तुझ्या डोक्यावर नाचतील. किती काटकसरी गं तू? मला सुगावा पण लागू दिला नाहीस. तुझा शब्द मी आतापर्यंत मोडला नाही.” तिला जवळ घेत तो म्हणतो, “तू माझी लक्ष्मी आहेस.”

हौसा दूर होत म्हणाली, “आणि एक आनंदाची बातमी. तुम्ही बाबा होणार.”

शंकर : “अरं वा! मग आता मला लई काम करून पैसे गोळा करायला पाहिजेत.”

हौसा : “म्हणूनच म्या बकरी घेतेय. उद्या दुधाचा प्रश्न येईल. पैसे मोजावे लागतील. बकरीचं दूध मुलाला चांगलं असतं, असं शेतातल्या म्हाताऱ्याकोताऱ्या बायका म्हणतात.”

शंकर : “हे माहीत होतं म्हणूनच पुढची तजवीज करून ठेवलीय का?”

थंडीचे दिवस चालू झाले. शंकर एकटाच बसून होता. हौसाला माहेरी जाऊन दोन महिने झाले. दर आठवड्याला तो अंडी घेऊन तिच्या माहेरी जाई.

एक दिवस पहाटेच त्याचा मेहुणा दारात उभा. हातात पेढ्यांचा पुडा व म्हणाला, "शंकरदा, आज आनंदाची बातमी. काल पुनवेला तुला मुलगा झाला."

शंकरच्या डोळ्यांतून आनंदाश्रू वाहू लागले. आज तो खऱ्या अर्थाने बाप झाला. तो आपल्या कोंबड्या लगबगीने डालतो, बकरीच्यासमोर चारा टाकून घराला कुलूप लावतो व मेहुण्याबरोबर तासातच हौसाच्या माहेरी पोहोचतो. हौसा व बाळाला पाहून त्याला खूप आनंद होतो.

शंकर : "हौसे, ब्येस झालं, आता आपलं घर गोकुळ झालं. कोंबड्यांची पिलं, बकरीची पिलं व आपली पिलं. घरात नुसता धुडगूस घालतील. आता तू बाळाला घेऊन लवकर घरी ये."

बघता बघता दोन महिने सरतात व हौसा आपल्या आईबरोबर बाळाला घेऊन तिच्या घरी येते. शंकर तिची व बाळाची आरती करतो, फटाके उडवतो व त्यांना आत घेतो.

एक आठवडा राहून हौसाची आई आपल्या घरी निघून जाते. हौसा व शंकरला दिवस पुरेनासे होतात. रात्रंदिवस बाळाच्या कौतुकात जाऊ लागतात. बाळाच्या आगमनाने एक वेगळंच वातावरणात निर्माण होतं. बाळ आता त्या कोंबडीच्या व बकरीच्या पिलांबरोबर खेळू लागतो. हौसा त्याच्या मागे धावून दमून जाते, पण त्या दमण्यात तिला आनंदच वाटत असतो.

तिन्हीसांज होताच आपल्या बाळाची व घरावरून ती दररोज दृष्ट काढते. शंकर व ती आता तृप्त मनाने आपल्या संसारात रमतात.

तात्पर्य : मनुष्याने पाळीव प्राण्यांची संगत धरावी. मन आनंदी राहते.

◆

शिक्षा

तिन्हीसांज होत होती. जनावरं घरच्या ओढीने परतत होती. त्यांची धूळ सूर्याच्या किरणांमध्ये मिसळत होती. सिंह भल्यामोठ्या कातळावरती पाय लांब करून येणाऱ्या जाणाऱ्या जनावरांच्याकडे एकटक नजरेने पाहत बसला होता. मध्येच कुणाची तरी विचारपूस करे. त्याची भलीमोठी आयाळ, झुपकेदार शेपटी त्याचा रुबाब वाढवत होती. त्याची एक तीक्ष्ण नजर कोल्ह्याच्या दोन उडाणटप्पू पोरांवर पडली. त्याने त्यांना आपल्याजवळ येण्याची आज्ञा केली.

ते तरुण कोल्हे दबकत दबकत त्याच्यासमोर येऊन उभे राहिले व म्हणाले, ''काय आज्ञा महाराज?''

सिंह : ''मी दररोज तुम्हाला येथून जाताना पाहतो. तुम्ही चपळ, तरुण, चतुर व आनंदी प्राणी आहात. मी तुमच्यावर एक काम सोपवणार आहे.''

कोल्हे : ''तुम्ही काम द्या. आम्ही ते खुशीने करू.''

सिंह : ''काल मला खारुताई रडून सांगत होती, एक अजस्र नवखा लांडगा जंगलात घुसला आहे. तो सर्वांची लहान पिलं खातो. तो कुठे लपून बसला आहे व केव्हा बाहेर पडतो, त्याच्यावर पाळत ठेवा व मला लगेच कळवा.''

कोल्हे : ''जी महाराज, आपली आज्ञा शिरसावंद्य!''

ते उड्या मारत आनंदाने घरचा रस्ता धरतात. त्यांना जंगलचा राजा सिंहाने काम सांगितल्यामुळे ते खूश होते. घरी गेल्या गेल्या त्यांनी आपल्या वडिलांना सर्व हकीकत सांगितली.

वडील : ''बाबांनो, मी आतापर्यंत त्यांची इमानाने चाकरी केली.

त्यांच्या मर्जीत राहा. तुम्हाला त्यांचा पुष्कळ आधार राहील. तो राजा आहे जंगलाचा.''

बघता बघता दोन दिवस उडाणटप्पूपणामध्ये व फुशारक्या मारण्यातच गेले.

म्हातारा कोल्हा : ''तुम्ही काहीच काम केलं नाही. जे काम ज्या त्या वेळेला केलं, तर त्याची किंमत राहते. आज तुम्ही कामाला लागा, आळस झटकून टाका.''

मुलं पटकन आज्ञा पाळतात व सुसाट घनदाट जंगलात जातात. समोरून त्यांना हत्तींचा कळप येताना दिसतो. ते हत्तीच्या समोर जातात. हत्तीला राग येतो.

हत्ती : ''आमच्यासमोर यायचं तुमचं धाडसच कसं झालं? सोंडेत धरून उचलून फेकून देईन.''

एक कोल्हा : ''अरे रागावू नकोस. जरा शांतपणाने ऐकून तरी घे. आम्हाला सिंह महाराजांनी आज्ञा केली आहे की, या जंगलात एक दुष्ट लांडगा घुसला आहे तो सर्वांची लहान पिलं फस्त करतो. त्याने जंगलाचे नियम धाब्यावर बसवले आहेत, तो खूप दुष्ट व क्रूर आहे. त्याला कोणाचीच दयामाया नाही. तो म्हणतोय, मी सिंहापेक्षा श्रेष्ठ व बलवान आहे. तो सिंह आता म्हातारा झाला आहे. हत्तीदादा, तुम्हाला जर तो दिसला तर त्याचं कंबरडं मोडा, नाहीतर आम्हाला सांगा. आम्ही सिंहाला सांगतो.''

हे ऐकून आपल्या महाराजांना असं बोलल्याबद्दल हत्तीला राग येतो.

हत्ती : "तू काळजी करू नकोस. त्याचा समाचार आम्ही घेऊ."

हत्ती जरा पुढे जातात, तर त्यांना हरणाची नर-मादी घाबरून येताना दिसतात. ती भेदरलेली हरणं हत्तीच्या जवळ येतात व म्हणतात, "या जंगलात एक दुष्ट लांडगा घुसला आहे व तो आमच्या पाठीमागे लागला आहे. आम्हाला वाचवा."

खारुताई या फांदीवरून त्या फांदीवर कोल्ह्यांच्या पाळतीवर असते. ती पटकन म्हणते, "मी जाऊन सिंहाला ही लांडग्याची बातमी देते."

तो चवताळलेला लांडगा मिटक्या मारत त्या हरणांच्या पाठीमागे बेभानपणाने पळत येतो. त्याचा राग व त्याचं फुललेलं शरीर पाहून कुणीपण घाबरलं असतं. त्याला रागाच्या भरात हत्ती दिसलेच नाहीत. तेवढ्यात सिंह डरकाळ्या फोडत त्याच्यावर चाल करतो. लांडगा बेसावध असतो. हत्ती आपल्या सोंडेने रक्तबंबाळ लांडग्याला उचलतो व दूर फेकून देतो. तो जोरात जमिनीवर आपटतो. तेवढ्यात सिंहाचा भला मोठा पंजा त्याच्या तोंडावर पडतो.

सिंह : "या जंगलाचा मी राजा. माझी परवानगी न घेता तू आत कसा शिरलास? आमच्या जंगलाचे काही नियम आहेत. ते तू पाळले नाहीस."

लांडगा : "माझी हाडं मोडली, मी तुमचं जंगल सोडून जातो, मला माफ करा."

वसंत ऋतूचं जंगलात आगमन झालं, प्रत्येक झाड बहरलं होतं. त्याचा सुवास चहूकडे दरवळत होता. कोकिळा कुहूकुहू करून गाण्याचे आलाप छेडत होती. ऊष्णतेने आपली हजेरी लावली होती. पहाटेची थोडी थंडी. यामुळे पशुपक्षी उत्साही होते. सर्व जंगल आनंदमय होतं. कोल्ह्याची मुलं आपल्या एका नवीन दोस्ताबरोबर शेजारच्या गावाच्या शेतात जायचा बेत आखतात. रात्र चढत होती. चांदण्यांनी आपली ओढणी आकाशात पसरवली होती. कोल्हे सिंहाच्या गुहेच्यासमोरून येऊन हळूच सटकायचा प्रयत्न करत होते.

सिंह : "काय रे पोरांनो, माझी नजर चुकवून जंगल सोडून अपरात्री कुठे निघालात?"

कोल्हे : ‘‘फार भूक लागली आहे. शेतात उसाची लावण आहे. जरा ऊस खाऊन येतो.’’

सिंह : ‘‘एवढं धाडस रात्री करू नका. मनुष्य फार हुशार आहे. तो तुमचं बरंवाईट करेल.’’

कोल्हे : ‘‘आम्ही असंच जातो व आवाज न करता ऊस खाऊन येतो.’’

सिंह : ‘‘एकत्र राहा व सावधगिरीने शेतात घुसा. लवकर परत या. मी इथे वाट पाहत आहे.’’

ते तिन्ही उडाणटप्पू कोल्हे थेट उसाच्या मळ्यात घुसतात व लगबगीने चिखलात बसून ऊस तोडायला लागतात. ऊस तुटलेला कट्‌कट्‌ आवाज शेतात घुमतो. दबा धरून शेतात बसलेला शेतकरी बंदुकीचा नेम धरून त्यांच्यावर बार सोडतो. एका कोल्ह्याच्या पायाला गोळी लागते व तो कळवळून रडू लागतो. त्याचे दोन्ही मित्र वेळ न घालवता त्याचे पाय धरून जंगलाकडे गडबडीने ओढत नेतात. बंदुकीच्या आवाज़ामुळे सिंह गुहेच्या समोर येऊन उभा राहतो. चांदण्यांच्या मंद प्रकाशात त्याला ते तिघेजण येताना दिसतात. तो धिमेपावलाने त्यांच्याजवळ जातो व जखम झालेल्या कोल्ह्याच्या पायाला ब्राम्ही पाला चोळतो व आपल्या गुहेत घेऊन जातो.

अश्रू ढाळत जखमी कोल्हा म्हणतो, ''मोठ्यांचं ऐकलं नाही म्हणून मला ही शिक्षा मिळाली.''

सिंह : ''मस्ती करायची, पण कधीतरी ती जीवावर बेतते. आपलं जंगल ओलांडून जाऊ नका. आपल्या जंगलात अनेक तऱ्हेची फळं आहेत त्यावर संतुष्ट राहा. दुसऱ्याकडून अपेक्षा करू नका. परमेश्वराने दिलेलं आहे त्यातच समाधान माना.''

तात्पर्य : आपल्याजवळ जे आहे त्यातच समाधान मानावे.

◆

-धैर्य

निळ्याभोर समुद्राच्या पलीकडे क्षितिजावर नाना रंग उमटले होते. अनेक निळ्या रंगीबेरंगी ढगांच्या कमानी सजल्या होत्या. मावळतीकडे सूर्य झुकल्यापासून पक्ष्यांचे थवे आवाज करत कातळावर फेर धरत होते व अलगद पावलांनी त्या लाल खडकाळीवर उतरत होते. ते पक्षी आयतं भक्ष्य मिळतं का या आशेने त्या खडकाच्या कपारीत छोट्या माशांच्या चिंगळ्या हुडकत होते. समुद्राने फेकलेल्या चिंगळ्या असह्यपणाने तडफडत होत्या. एक तर जोराने त्या खडकावर आपल्यामुळे व दुसरे पाण्याविना. कारण समुद्रात दुबळ्या माशांना जागा नव्हती.

मोठाल्या समुद्र पक्ष्यांचा एक थवा दूरवरून येऊन बसतो व तीक्ष्ण नजरेने त्यांनी चारीबाजूला पडलेल्या मृत माशांकडे कटाक्षाने पाहिले. त्यांना ते अर्धमृत फेकलेले मासे नकोसे वाटले. समुद्रपक्ष्यांनी आपले पंख फडफडवले व आकाशात एक उंच भरारी घेतली. समुद्राच्या लाटांबरोबर तरंगत तरंगत त्यांनी सूर मारून बघता बघता भलेमोठे जिवंत मासे चोचीत पकडले व दूर खडकावर आपलं भक्ष्य समाधानाने खाऊ लागले.

समुद्रकिनाऱ्यावरून टेहळणी करून व चरून आलेली टिटवी आपल्या घरट्यात बसली होती. तिच्या समोरच लालभडक कपारीवर टिटवीचा नर एका पायावर उभा राहून पंखात चोच घालून पेंगत होता. खडकावर अनेक पक्षी आनंदाने बागडत, मध्येच पंख फडफडवत, उडत, उगीच कर्कश्श आवाज करत मस्तीत खेळत होते. पण त्या टिटवीच्या आळशी नराला झोपच प्रिय होती. टिटवीने नाराजीने, तिटकाऱ्याने त्याच्याकडे पाहिलं. बघता बघता सूर्याचा तांबडाबुंद गोळा

क्षितिजात केव्हा विलीन झाला, हे या अल्लड नादान पक्ष्यांना कळलंच नाही. गडबडीने सर्व पक्षी आपल्या घरट्याकडे निघून गेले. अंध:कार आता आपली सुरेख चांदण्यांची चंदेरी शाल पांघरून आकाशात उतरला. त्या मंद चांदण्यांच्या प्रकाशात समुद्राच्या काठावर चंदेरी लाटा अधूनमधून नजरेस पडत होत्या. मावळतीचा गार वारा, सागराच्या अखंड, खडकावर झोडपणाऱ्या लाटा, मध्येच हितगुज करू पाहत होता. पण सागराला त्यांच्याकडे पाहायला व बोलायला पण फुरसत नव्हती. आकाशात शुभ्र चांदणं पसरलं होतं. धिमेधिमे सागराचा आवाज वाढत होता. भरतीच्या मोठमोठ्या लाटा किनाऱ्यावर येऊन फुटत होत्या. सागराचं ते रौद्ररूप पाहून झोपी गेलेली टिटवी भयभीत नजरेने त्याच्याकडे पाहत होती. किनारपट्टीला नारळाची बाग तटस्थपणे उभी होती. त्यांच्या माथ्यावर अनेक पक्ष्यांची घरटी होती. नारळाच्या झाडांना हे सागराचं भरती ओहोटीचं रूप परिचयाचं होतं. म्हणून ती निश्चलपणाने उभी होती. पण या छोट्या पक्ष्यांचे जीव कावरेबावरे होऊन एकमेकांचं साहाय्य घेत होते.

पहाटेच्या गार वाऱ्याने टिटवीने डोळे उघडले. पहाटेपहाटेच तिचा डोळा लागला होता. विरळ धुक्याच्या वस्त्राखाली सागर झाकून गेला होता.

टिटवी स्वत:शीच : "हाच का तो कालचा अक्राळविक्राळ समुद्र? जसा बेभान होऊन जग जिंकायला निघाला होता व आता आपलं डोकं खडकावर आपटून आपटून आपली ताकद संपवून निपचित, शांतपणे बसला आहे. अशा रूपाची मला आता मुळीच भीती वाटत नाही."

टिटवीने आपले पंख साफ केले व मनात बेत आखत ती सूर्याच्या किरणांत न्हाऊ लागली. तिच्या शेजारी उभ्या असलेल्या नर पक्ष्याने पंख फडफडवून आळस दूर केला. टिटवीने रागाने त्याच्याकडे पाहिलं व म्हणाली, "काल संध्याकाळपासून मान पंखाखाली घालून झोपी गेलास, त्या समुद्राचा रुद्रावतार पाहून मी किती घाबरले होते. सूर्यकिरणं आता माथ्यावर आली तुला भान नाही. एवढा आळस कुठून तुझ्या अंगात भिनला आहे?"

नर : "मग उगीचच त्या वेड्या समुद्राकडे पाहत बसू? तो धावतपळत येतो; पण आपली मर्यादा कधीच ओलांडत नाही, हे मला माहीत आहे व काठावर बसलेल्या पक्ष्यांना उगीचच भिजवून जातो. मला हा सागर मुळीच आवडत नाही व त्याची भीतीपण वाटत नाही."

दोघांचं संभाषण चालू होते तेवढ्यात काळ्याकभिन्न खेकड्यांचा एक समूह तिरपी चाल करत त्यांच्या दिशेने येत होता. काल रात्री त्यांच्यावर पण समुद्राने आपल्या ताकदीचा जोर आजमावला होता व किनाऱ्यावर फेकलं होतं. सूर्य माथ्यावर आला. त्या प्रखर किरणांत सागराचं रूप चकाकत होतं. जसं काही रुपेरी शालूच पांघरून समुद्र शांतपणे हेलकावे घेत आहे. खेकड्यांची काळीभोर कांती त्या किरणांमुळे आणखीनच तकाकत होती.

खेकड्यांना पाहून टिटवी म्हणाली, "मित्रांनो, तुम्ही रक्तबंबाळ कसे झाला नाहीत? त्या समुद्राचा राग झेलताना नाकीनऊ आले असतील."

एक खेकडा : "आमची पाठ टणक व मजबूत आहे. आम्हाला परमेश्वराने आमच्या नांग्या शरीरात लपवावयाला बुद्धी दिली आहे. त्यामुळे त्या विशाल सागराला आम्ही आव्हान देऊ शकतो, मग आम्ही तरंगतच त्याच्या लाटांबरोबर राहतो व शेवटी किनारा बघून आम्ही आमचे पाय सैरावैरा सोडतो."

टिटवी : "आता त्या खडकावरती मी माझी अंडी ठेवली आहेत.

त्यांच्याकडे नीट लक्ष द्या, नाहीतरी कोणीतरी येऊन भक्ष्य करेल.''

खेकडा : ''टिटवीताई, तू काळजी करू नकोस. जो कोणी येईल त्याचे पाय आम्ही आमच्या तीक्ष्ण नांग्यांनी पकडू व त्याला उडूपण देणार नाही.''

टिटवी : ''तुम्ही माझी किती काळजी घेता! म्हणूनच मी या जागेवर अंडी उबवते.''

नर पक्ष्याने मान उंचावून डोळे मिटून एक जोरदार कर्कश्श, टिट-टी टीटिवऽऽऽ असा आवाज काढला व आपल्या पायांनी खडकावरची जागा साफ करू लागला. जागा स्वच्छ झाल्यावर त्याने आपली मान तिरपी करत टिटवीकडे पाहिलं.

टिटवीने आनंदाने पंख फडफडवून त्याचं अभिनंदन केलं व म्हणाली, ''आता मी या जागेवर बिनधास्तपणे अंडी घालेन व आपण आपला संसार फुलवूया व त्याचं रक्षण करू या. तू आता आळस सोडून दे.''

पक्ष्यांची किलबिल सुरू झाली. त्यांना आपल्या घरट्याकडे परतायचे वेध लागले. संध्याकाळची शेवटची पिवळी किरणं पाना-पानांतून चमकत होती. रानात पसरलेले पक्षी झाडाच्या आडोशात शिरले. आपलं एक-एक पिवळं पाऊल टाकत टिटवी मान वेळावून आजूबाजूला पाहत होती. जंगलात हळूहळू रात्र पसरू लागली होती. नारळीच्या बागा शांत झाल्या. अंधार जसजसा पसरू लागला, तसतसे झाडाझाडातून काजव्यांचे पुंजके चकाकू लागले. रातकिड्यांची किरकिर रात्रीच्याबरोबर वाढत होती. काहीतरी खसफसलं त्या आवाजाने टिटवी सावध झाली. समुद्रपण कसा भयाण वाटू लागला. पहाटेचं शांत रूप ते हेच काय, असा टिटवीला प्रश्न पडला. आपली चिंचोळी चोच व मान उंचावून भेदरलेल्या डोळ्यांनी नर व मादी टिटवी चोहीकडे न्याहाळू लागली. तो आवाज क्षणभर रेंगाळला. टिटवीने कानोसा घेतला व झटकन ती त्या दिशेला धावली. तो आवाज पलीकडच्या झाडीत घुसला व नाहीसा झाला. रात्रभर दोघे एकमेकांना बिलगून आपल्या अंड्यांचं रक्षण करू लागले.

पहाटेच्या पहिल्या गार वाऱ्याबरोबर समुद किनाऱ्यावरचं धुकं दूर झालं. ऊन्हं डोक्यावर आली. आज टिटवी खूप उदास दिसत होती. ती

कसल्यातरी काळजीत होती. ती एकटक समुद्राकडे पाहत होती. पाहत असताना तिला तिचं बालपण आठवलं. असेच उन्हाळ्याचे दिवस होते. ती व तिची भावंडं याच खडकावर जन्मली व तिथेच मोठी झाली. खेळता खेळता टिटवी आपली ताकद आजमावायला थोडं उडत, थोडं चालत नारळीच्या बागेत पोहोचली होती. तिन्हीसांजेचं बनातलं वारं तिला खुणवत होतं. आईची आज्ञा न पाळता तिने बनात धूम ठोकली. नारळीच्या झाडावरचे जमिनीवर पडलेले किडे खायची तिला चटक लागली होती. मनसोक्तपणे आपल्या छोट्या पावलांनी नारळीच्या बनात पाला तुडवत ती बिनधास्तपणे वेळेचं भान न ठेवता तिथेच गर्क झाली. अचानक एक कर्कश्श, जीवघेणा आपल्या भावंडांचा आवाज तिच्या कानावर पडला. तिने चमकून त्या दिशेने पाहिलं व ती चटकन त्या खडकाकडे धावली. पाहते तर काय, सागराचं वरून येणारं लाटांचं शांत रूप पालटलं होतं. भुजंगाने फणा उभारून यावं तसं विशाल सागराच्या लाटा उभ्या असलेल्या खडकाळीवर आक्रमण करू लागल्या होत्या. त्याच्याकडे पाहायचं धैर्य टिटवीला उरलं नाही. एका लाटेच्या प्रहाराने तिची भावंडे व त्यांना वाचवायला गेलेले तिचे वडील त्या सागरात बघता बघता नाहीसे झाले. तिची आई खडकापासून जरा दूर हिला बोलवायला आल्यामुळे वाचली होती. आईने टाहो फोडला. सागराच्या कवेत तिची एवढीशी पिलं सापडली होती. क्षणाक्षणाला तिचं भान हरपत होतं. डोळे सताड उघडे असूनही तिला तिची पिलं कुठेही दिसत नव्हती. आता तिच्यात आणखी काही पाहण्याची शक्ती उरली नव्हती. हळूहळू पुरतं भान तिला आलं. पुष्कळ आठवलं एक भीती सरसरून गेली, पण किंकाळी फुटत नव्हती. तिची दृष्टी आकाशाकडे गेली.

तिने आपली मान वरती करून परमेश्वराला विचारलं, ''मी असं काय पाप केलं? माझ्या दुबळ्या-लेकरांचा सागरच रक्षक, म्हणून मी इथे पिलांना जन्म दिला तोच माझ्या पिलांचा भक्षक झाला.''

टिटवीला जागीच हुंदका फुटला. पायथ्याच्या खडकावर तिचे अश्रू झिरपू लागले. भरल्या डोळ्यांनी ती सागराकडे पाहत होती. तिच्या आईचं दुबळं, हताश व केविलवाणं रूप पाहून टिटवीच्या मनात सदैव राहिलं की याच सागराने माझ्या भावंडांना गिळंकृत केलं. म्हणूनच तिने

आपली अंडी सागराच्या मर्यादेपलीकडे खडकावर घातली होती. मर्यादा ओलांडण्याचं धाडस सागराला आजवर झालं नव्हतं. म्हणून त्याच विश्वासावर टिटवीने आपली अंडी जरा दूर खडकावर सुरक्षित ठिकाणी घातली होती. बघता बघता दिवस सरले. हळूहळू त्या अंड्यांचा गहिरेपणा वाढत होता. आता टिटवीला सारी सृष्टी निश्चल भासत होती. समुद्रावरून दूर गेलेले समुद्रपक्षी निवाऱ्यासाठी माघारी आले. टिटवी आता शांत बसून होती. सागराच्या शांत विशाल पाण्यात माशांचे जाळे मनसोक्त पोहत होते. समुद्राच्या लाटांचे तुषार तिच्या अंगावर उडत होते. तिला पिलांचा आवाज ऐकू आला. तिने आपल्या पायथ्याशी पाहिलं, तर तिची इवली इवली छोटी पिलं एकमेकांना बिलगून उभी होती. नर व मादी टिटवीने आनंदाने आपले पंख फडफडवले व फेर धरून ते दोन्ही पक्षी त्या पिलांच्याभोवती नाचू लागले. त्यांच्या जीवनाचं सार्थक झालं असं टिटवीला वाटलं.

निश्चलपणे सागराकडे पाहत ती म्हणाली, ''आता या पिलांना वाढवलं पाहिजे. हा सागरच त्यांचं रक्षण करेल.''

तात्पर्य : रक्षणकर्ताच कधीकधी भक्षक बनू शकतो. आपण धैर्याने त्यावर मात करू शकतो.

◆

संकल्प

पंचगंगा नदीच्या पूर्वेला एक घनदाट अरण्य आहे. त्यात अनेक छोटे-मोठे प्राणी गुण्यागोविंदाने राहत असतात. त्यात काळ्या तोंडाची माकडं कळप करून राहत होती. ती निरुपयोगी व खट्याळ होती. पावसामुळे ती दोन दिवस एका दगडाच्या कपारीत निपचित उपाशी बसून होती. दोन दिवसांपासून सतत पाऊस ओतत होता. रस्त्यावर छोटी छोटी तळी साचली होती. पशुपक्षीपण आपापल्या घरट्यातच पावसापासून बचाव करण्यासाठी बसून सूर्याच्या किरणांची वाट पाहत होते. अन्नधान्यपण त्यांच्या पोटात नव्हतं. पंचगंगा नदी तुडुंब भरून वाहत होती. पावसामुळे झाडं टवटवीत व स्वच्छ धुऊन निघाली होती. झाडांचा हिरवा रंग आणखीनच गडद दिसत होता. नदीच्या काठावरच एक सुरेख केळीची बाग सजली होती. आपली लांब-रुंद पाने व केळीचा घड घेऊन केळीची झाडं पावसामुळे आणखी जराशी झुकली होती. ती पण आतुरतेने सूर्याची वाट बघत होती.

काळ्याभोर ढगांतून अखेर सूर्याने आपली किरणं पृथ्वीवर पसरली. हळूहळू किरणांमुळे आजूबाजूचे ढग लुप्त होऊ लागले. सोनेरी किरणांमुळे हिरवीगार पृथ्वी मोहरून गेली होती. तिला पण सूर्याची ऊब हवीच होती. सूर्याच्या आगमनाने आकाशात पक्ष्यांचा किलबिलाट सुरू झाला. पक्ष्यांनी आपले पंख फडफडवून शरीरावरचं पाणी निथळून टाकलं. प्रत्येकजण आपल्या अन्नाच्या शोधात धावत होतं. आता पृथ्वीलापण जिवंतपणा आला होता.

एक माकडांचा कळप जंगलातून उड्या मारत गावाच्या शेतवडीजवळ आला. ती पण दोन दिवसांची भुकेली होती. एका आडोशाला जंगलात

बसून कंटाळली होती. प्रत्येकाने कोलांट्या मारून हातापायाचा व्यायाम केला. त्यांच्या अंगात जरा तरतरी आली. त्यांतलं एक धीट माकड निरीक्षण करायला उड्या मारत पुढं गेलं. त्याला समोर बहरलेली केळीची बाग दिसली.

त्याने ओरडून मित्रांना सांगितलं, "अरे, सगळे सवंगडी इकडे या. बघा ही केळीची बाग किती सुंदर आहे. आपलं पोट रिकामं आहे. दोन दिवसांपासून आपण काही खाल्लं नाही. ते या आयत्या भोजनामुळे तृप्त होईल."

दुसरं माकड : "ती बघ, तिकडे राखणदाराची झोपडी. आपण लवकर खाऊन घेऊ या. नाहीतरी आपल्यावर दगड पडतील. चला, सर्वजण पटापटा खाऊन घ्या. पावसामुळे शरीर पण गारठलंय. माणसासारखं आपल्याला पण निवारा व ऊब मिळाली असती, तर किती बरं झालं असतं. पावसामुळे ते केळीचे घड पूर्ण वाकले आहेत, म्हणून आपल्याला भोजन आयतं मिळालं आहे. आपल्याला इथे जास्त वेळ थांबता येणार नाही."

सर्वांनी केळी तोडून मनसोक्तपणाने खाल्ली. तेवढ्यात एकाचं लक्ष कसल्याशा आवाजाकडे जातं व तो पाहतो की कुणीतरी त्यांच्या दिशेने ओरडत धावत येत आहे. तो एक शेतकरी होता जो गलोल घेऊन

त्यांना मारायला येताना दिसतो. गलोलीतून एक दगड त्यांच्या दिशेने येऊन आपटतो. ती माकडं पटकन उड्या मारून जंगलाच्या दिशेने पळत जातात. त्यांतल्या एका लहान पिलाला दगड लागतो. तो रक्तबंबाळ होतो.

त्याच्या आईला मनुष्याचा अतोनात राग येतो व ती म्हणते, ''चार-पाच केळी आम्ही खाल्ली तर या मनुष्याचं रक्त खवळतं. परमेश्वराने त्यांना सर्व सुबत्ता दिल्यात, त्यातलं त्याला कुणाला द्यायला आवडत नाही. स्वार्थी व अप्पलपोटी आहेत. आपण पण आपलं एक छोटंसं घर बांधूया त्यात आपण धान्याचा साठा करून ठेऊ शकतो. जेणेकरून आपत्तीच्यावेळी आपली अन्नान्नदशा होणार नाही.''

ती आपल्या बाळाला काखेत घेते. एक तीक्ष्ण नजर त्या शेतकऱ्यावर टाकते व पाठीमागच्या दोन्ही पायाला जोर देऊन एक उंच उडी मारून झाडावरती जाते. सर्व वानरसेना तिच्यापुढे या झाडावरून त्या झाडावर करत-करत जंगलात पसार होते.

पहाटेची वेळ असते. सर्व जंगल जागं झालेलं असतं. पक्ष्यांच्या मधुर आवाजाने गगन भरून गेलं होतं. भुंग्यांची भुणभुण त्यांना साथ देत होती. रातकिड्यांची किरकिर करणारी मीटिंग थांबली होती. निळ्याभोर आकाशात पांढरीशुभ्र बगळ्यांची माळ उठून दिसत होती.

बगळ्यांची माळ माकडांच्या वस्तीवरून उडत जाताना एक बगळा म्हणतो, ''माकडोजीपंत, उठा आता पहाट झाली. आम्ही दूरवर जात आहोत. तुमच्यासारखं या फांदीवरून त्या फांदीवर उड्या मारत बसत नाही.''

माकड : ''होय, आम्ही आळशी. कालच आमच्या कळपातल्या एका पिलाला रक्तबंबाळ केलं आहे. रात्रभर आम्हाला झोप नाही. मी ठरवलं आहे, आता आपलं घर करायचं. म्हणून आम्ही आजपासून कामाला लागतो. तुमच्यासारखंच झाडावर घर बांधणार आहोत.''

बगळा : ''प्रत्येकाचं घर असतं. छान! ही तुमची कल्पना लवकर अंमलात आणा. दरवर्षी तुम्ही ठरवता, पण कृतीमध्ये आणत नाही. त्यामुळे तुमची मुलं उघड्यावरच वाढतात. काही मदत लागली तर सांगा. भल्यामोठ्या काटक्या आणून देतो.''

माकड : ''धन्यवाद! आम्ही सर्वजण मिळून काटक्या गोळा करू. आम्हाला फक्त मार्गदर्शन द्या.''

सर्व बगळे संध्याकाळी भेटायचा वायदा करून उडून जातात.

एक वयस्कर माकड म्हणतो, "चला, सर्वजण कामाला लागा. थोड्यांनी काठ्या गोळा करून आणा. काही जणांनी झाडावरती बसा व तरुण माकडांनी खालून वरती लाकडं पोहोचती करा."

सर्वजण आनंदाने टाळ्या वाजवतात. आता त्यांचं घर झाडावर होणार होतं. प्रत्येकजण आपल्याला सांगितलेलं काम आवर्जून व आनंदाने करू लागलं. बघता बघता दोन छान घरं झाडावर तयार झाली. ते घर एक छोटंसं झोपडीचं प्रतीक होतं. निमुळती मोठी पाने कौलासारखी वापरली होती. संध्याकाळ होत आली. आता हे सर्वजण दमून भागून झाडाखाली पाय लांब करून झाडाला टेकून विश्रांती घेत बसले. ते संध्याकाळ होताच आकाशाकडे टक लावून बगळ्यांची वाट पाहत होते. त्यांच्या सल्ल्याने त्यांनी घर बांधलं. त्यांना आपण किती तत्पर व कुशल आहोत, हे बगळ्यांना दाखवून द्यायचं होतं.

एका दिवसात त्यांनी माणसांसारख्या दोन झोपड्या बांधल्या. जनावरं आपापल्या निवाऱ्याकडे परतत होती. दुरूनच त्यांना बगळ्यांची माळ येताना दिसली. त्यातलं एक तरुण आणि उत्साही माकड चपळाईने

झाडाच्या शिखरावर पोहोचलं व जोरजोराने टाळ्या वाजवून बगळ्यांचं लक्ष आपल्याकडे केंद्रित करू लागलं. दूरवरून उडत येणाऱ्या बगळ्यांनी त्याच्याकडे पाहिलं व त्यांच्या लगेच लक्षात आलं, सकाळचं माकडांना दिलेलं वचन. सर्व बगळे खाली उतरले. ते पण दमूनभागून आले होते.

एका माकडाने आपण केलेल्या घराकडे बोट दाखवलं व म्हणालं, "एका दिवसात दोन घरं बांधली. एका आठवड्यात आमची वसाहत झाडावर होईल."

बगळे : "आमची मदत न घेता सुबक घरं बांधली आहेत. पाऊसवाऱ्याला ती टिकतात काय ते बघायला पाहिजे."

त्यातला एक हौशी माकड गडबडीने म्हणतो, "मी उद्घाटन करतो. आत जाऊन बघू का?"

सर्व माकडं त्याला होकार देतात.

ते माकड आत जातं व नेहमीप्रमाणे आपले दोन्ही पाय लांब करतं व पुढचे हात डोक्याखाली घेऊन मस्तपैकी ताणतं. तेवढ्यात त्याच गतीनं ते खाली येतं. ते पडताच सर्व माकडं त्याच्याभोवती गोळा होतात व त्यालाच झोपडी मोडली म्हणून मारू लागतात. एवढ्या कष्टाने घर उभं केलेलं, ते या खुळ्याने एका क्षणात भुईसपाट केलं.

बगळा : "तुम्ही घर छान बांधलेलं, पण या झाडांशी ते वेलीने बांधायला पाहिजे होतं. न बांधल्यामुळे आधार नाही म्हणून ते पडलं."

एक माकड : "आधीच सांगायचं होतंस! आता आम्हाला घरच नको. नाही तरी पावसाळा आता संपत आलाच. पुढच्या पावसाळ्याच्या अगोदर आम्ही नक्कीच वेलीने घर बांधू."

सर्व माकडं त्याला होकार देतात. कधी नाही ते त्यांनी खूप कष्ट केले होते. त्या अतोनात कष्टांमुळे त्यांना भूक लागली होती व ते निर्लज्जासारखे परत केळीच्या बागेत जाऊन चोरून केळी खायचा बेत आखतात. आपण सर्व पशुपक्ष्यांमध्ये किती श्रेष्ठ आहोत या भ्रमात, झाडांच्या फांद्यांवर नेहमीप्रमाणे रात्रीच्या अंधकारात त्यांची घराची स्वप्ने विलीन होतात.

तात्पर्य : वायदे करून तडीस न्यावे. जिद्द व चिकाटीने यश प्राप्त होतं.

◆

ऋणाईत

पहाटेचे सहा वाजले होते, पण अंधार पृथ्वीला सोडून जायची चिन्हं दिसत नव्हती. काळाकुट्ट अंधार अजून गावावर आपलं साम्राज्य गाजवत होता. त्यातच कोंबड्याने पहाटेची बांग दिली व तो आपल्या सख्या कोंबड्यांना घेऊन परड्यात दाणे वेचायला लागला. मालकीणबाईनी पण चूल पेटवून चहा ठेवला व गोठ्यात जाऊन गाईम्हशींना वैरण टाकली. दीड महिन्याचं गाईचं वासरू मालकिणीला बघून उड्या मारू लागलं.

मालकीण : "अरे हो! तुझा कासरा सोडू तर दे. जरा दम धर, नाहीतर गळ्याला फास बसेल."

तिने कासरा सोडताच ते बछडं धावत आपल्या आईचं दूध शेपटी हलवत पिऊ लागलं. आता सूर्य बराच वरती आला होता. सकाळचे नऊ वाजले होते.

रामू गुराखी दारातूनच ओरडला, "हौसाक्का, दावं सोड, त्यांना चरायला घेऊन जातो."

त्याच्याबरोबर लाल्या कुत्रापण होता. त्या गोठ्यात बिनधास्तपणे कुत्रं शिरलं व गाईम्हशींना बघून भुंकू लागलं.

लाल्या : "आज तुमच्याबरोबर बछडंपण येणार आहे. चला आपण गावठाणात जाऊ."

बघता बघता गावच्या वेशीमधून गुराखी अनेक जनावरं घेऊन गावठाणाकडे निघाले. थंडीचे दिवस होते. लवकर परतायचं होतं. कारण दिवस लहान होता. सर्व गुराखी पंधरा-वीस वयोगटातले होते. प्रत्येकाकडे आठ-दहा गाईम्हशी होत्या. ते जनावरांना घेऊन गावठाणाजवळ

पोहोचले. वडाचं भलंमोठं झाड आपल्या पारंब्या पसरून उभं होतं ते पण या मुलांची आतुरतेने वाट पाहत होतं. त्यांच्या गप्पा व खेळ पाहण्यात त्याला आनंद वाटे. नाहीतरी त्या विस्तीर्ण माळावर ते एकटंच वर्षानुवर्ष उभं होतं. त्याच्याशेजारी कुण्या एका भल्या माणसाने दहा-वीस झाडं दोन वर्षापूवी लावली होती, ती या ढोरांनी खाऊन फस्त केली होती. तोच कसा तग धरून त्या गवताळ माळावर पहारेकऱ्यासारखा उभा होता. मुलांनी आणलेले आपले जेवणाचे डबे त्या झाडाच्या पायथ्याजवळ ठेवून कालचा लगोरीचा अर्धा डाव पूर्ण करायला दगड गोळा करून लगोरी मांडली. गुंड्याने खिशातून बॉल आणला होता.

तो म्हणाला, "माझा बॉल आहे म्हणून माझा डाव पहिला."

लाल्या कुत्र्याने थोडा वेळ तिथे घुटमळून त्यानंतर गाईम्हशींच्या कळपात नवीन बछड्याशी खेळायचं ठरवलं. इकडे मुलांचा डाव रंगत होता. तिकडे लाल्या व ते बछडं कानात वारं भरल्यासारखं इकडून तिकडे सुसाट पळत होतं. गाईम्हशी शांतपणाने त्यांचा खेळ बघत चरत होत्या. आता ऊन्हं चढत होती. आकाश कसं निरभ्र होतं. मध्येच वाऱ्याची झुळूक वडाच्या पानांशी खेळ करत असे. त्या वडाच्या पानांचा सळसळाट होत होता. त्याच्या फांद्यांवर बसलेले कावळे, चिमण्या मुलांच्या जेवणाची आतुरतेने वाट पाहत होती.

लाल्या मध्येच धावत येऊन त्या कावळे चिमण्यांना म्हणतो,

“आता कुठे पोरांचा डाव रंगला आहे, मला पण भूक लागली आहे. पण आज जरा दमानं घ्यायला लागेल.”

चिमण्या : “तू घरातून पण भाकरी खाऊन आला असशील, पण आम्हाला या मुलांच्या अन्नावर भूक भागवायची असते. न चुकता आम्हाला ही मुलं भूठभर शिजलेला भात टाकतात. त्यामुळे आमचं पोट भरतं. शेतकऱ्यांची पोरं गरीब आहेत, पण आमचे अन्नदाता आहेत.”

आता ऊन बरंच डोक्यावर आलं होतं. त्याच्या प्रखर तेजामुळे व खेळामुळे पोरं घामाघूम झाली होती. सगळ्यांनी एकमताने डाव बंद केला व ते घागरीतलं पाणी घेऊन हातपाय धुऊन झाडाखाली जेवायला बसले. प्रत्येकाने आपापले डबे उघडून समोर ठेवले व गप्पा मारत झाडाला टेकून जेवण केलं. लाल्यालापण भाकर मिळाली.

गुंडू : “माझ्या आईने आज ताक दिलंय. सगळ्यांनी किटलीतलं ओतून घ्या.”

थोडंसं राहिलेलं झाकणात लाल्यालापण दिलं. लाल्याने जिभल्या चाटत ते गडबडीनं प्यायलं. आता सर्व मुलांनी आपलं राहिलेलं अन्न दूरवर कावळे चिमण्यांना ठेवलं. ते सर्वजण भुर्रकन उडून आनंदाने दाणे टिपू लागले. त्यांना मुलांची संगत फार आवडे. आता सर्व मुलं लाल्याला गाईम्हशींकडे लक्ष द्यायला सांगून झाडाखाली आडवी झाली. लाल्या उड्या मारत गाईंच्या कळपात जाऊन त्यांना तंबी देऊन आला.

लाल्या : “इथून हावऱ्यासारखं चरत चरत लांब जाऊ नका. मी जरा मुलांच्या पायाशी डुलकी काढून येतो.”

ते गाईचं लहान बछडं सर्वांचा डोळा लागलेला बघून आपल्याच तंद्रीत उड्या मारत फुलपाखराच्या थव्यामागे धावत जातं. त्याचं गोजिरवाणं रूप, काळंभोर अंग, लांबलचक रेशमासारखे कान व कपाळावरची पांढरीशुभ्र चंद्रकोर त्या फुलपाखरांना मोहून टाकते. त्यालापण ती पिवळीधमक रानफुलपाखरं खूपच आवडतात. त्यांच्याशी गप्पा मारत त्यांच्या थव्यापाठोपाठ ते पण जाऊ लागलं.

फुलपाखरे : “आमच्याबरोबर येऊ नकोस. तू लहान आहेस. आम्ही दूर रानात उडत जाणार आहोत. तू वाट चुकशील. तुझा कळप पाठीमागे राहील. तुझी आई वाट बघेल. तू परत जा.

बछडं : “मला तुमच्याबरोबर खेळायला आवडतं. मी थोडा वेळ

तुमच्याबरोबर खेळून परत जातो. मला वाट माहीत आहे.''

आता फुलपाखरं एका घाणेरीच्या झुडपावर जाऊन बसतात. ते बछडंपण त्या झुडपाच्या खाली बसतं. आता अंधाराचं साम्राज्य सुरू होतं.

आकाशातून पक्षी आपल्या घराकडे परतताना मुलं पाहतात व त्यांना घरी जायचं भान येतं. ते सर्वजण गडबडीने आपला खेळ थांबवतात. आपापले टॉवेल झटकून डोक्याला बांधतात व काठी घेऊन जनावरांना हाकलत गावाची वाट धरतात. सर्वांत पुढे रस्ता दाखवायला लाल्या असतो. हा लवाजमा तिन्हीसांज होताच आपल्या घराकडे पोहोचतो. गोठ्यात आपापल्या जागेवर येऊन जनावरं उभी राहतात. मालकीणबाई दुधाची कळशी घेऊन गोठ्यात येते. एक दोन म्हशींचं दूध काढून ती गाईजवळ येते तर गाय नुसती हंबरत असते. तिचं बछडं तिच्याजवळ नव्हतं.

मालकीण : ''लाल्या, लेका हिचं बछडं कुठे सोडून आलास? ते अल्लड बछडं घाबरून त्या मिट्ट काळ्याभोर रात्रीचं कुठंतरी बसलं असेल. त्या टेकडीवर संध्याकाळी कोल्ह्यांची जत्रा जमते. त्यातल्या एकाने याचा बळी घेतला नाही तर बरं.''

लाल्या सर्व समजल्यासारखं मान डोलावतो. तो मालकिणीकडे बघतो. मालकीण रडायला लागते हे पाहून लाल्या गोठ्यातून धूम पळत सुटतो. भयानक अंधार, रातकिड्यांची किरकिर याचं भानपण लाल्याला राहत नाही. तो त्या वडाच्या झाडाखाली येऊन जरा दम घेतो.

वडाचं झाड : "का रे एवढ्या अपरात्री आलास? एकटा येत जाऊ नकोस. रात्रीच्यावेळी जंगली जनावरं भुकेमुळे बाहेर पडलेली असतात."

लाल्या : "ते नवीन काळं बछडं गोठ्यात नाही. मालकीण व त्याची आई दुःखाने अश्रू ढाळत बसल्या आहेत. ते मला बघवलं नाही. तू मला त्यांचा शोध लावून देशील काय? तुझ्या उंचीमुळे तुला दूरदूरचं दिसतं."

लाल्या एवढं सांगून रात्रीचा अंधार कापत झाडाझुडपांत शोध घेत राहतो. ते काळं गोंडस बछडं डोकं पायात घेऊन बिनधास्तपणे झोपी गेलं होतं. लाल्यापण दमून एका झाडाखाली झोपी जातो. पहाटेची सहस्र सोनेरी किरणं पृथ्वीचा अंधार आक्रमित करत खाली धरतीवर उतरली. बछड्याने आपलं अंग झटकलं व आपली आई आपल्या जवळ नाही हे लक्षात आल्यावर त्यानं घाबरून हंबरडा फोडला. फुलपाखरंपण कधीच त्याला सोडून गेली होती. त्याच्या अंतःकरणापासून फोडलेल्या हंबरड्याने लाल्या त्याच्या दिशेने धावत आला. त्याला पाहताच बछडं धावत, उड्या मारत, शेपटी हलवत आनंदाने लाल्याजवळ आलं.

लाल्याने रागाने त्याचे कान दातात धरले व म्हणाला, "लाडात येऊ नकोस. माझ्यापाठोपाठ मुकाट्याने ये. नशीब बलवत्तर म्हणून आज तू कोल्ह्यांपासून वाचलास. आपला कळप सोडून कुठेपण उधळू नकोस."

ते बछडं व लाल्या धावत घरासमोर येऊन थांबतात. बछडं गोठ्यात जाऊन आपल्या आईचं दूध पिऊ लागतं व लाल्या जोरजोरात भुंकून मालकिणीला बछडं सापडल्याची बातमी देतो.

मालकीणबाई : "सांभाळ तुझ्या लेकराला, भारी खट्याळ आहे. लाल्यामुळं आज तुझं बछडं मिळालं."

गाय आनंदाने अश्रू ढाळते व बछड्याला प्रेमाने चाटायला सुरुवात करते.

गाय : "लाल्या, तू होतास म्हणून माझं बछडं परत मिळालं. तू रात्रीचा विचार न करता, जीवावर उदार होऊन त्याला शोधायला गेलास."

लाल्या : "हे माझं कर्तव्य आहे व तुझ्या दुधाचा मी ऋणी आहे."

तात्पर्य : प्रत्येकाने दुसऱ्याचे ऋण आयुष्यात जोपासावे.

◆

माणुसकी

रामू हा कुदनूर गावचा सधन शेतकरी. त्याचा एक मुलगा पुण्यात इंजिनिअर होऊन तिथेच बिऱ्हाड करून राहतोय व मुलीला त्याने शेजारच्या गावात पाटलाच्या सधन घरी दिलीय. रामूला दोन्ही मुलांची काळजी नव्हती. त्याची अर्धांगिनी तुळसा व तो सुखाने नांदत होते. पण वयामुळे ते दोघंही आता शेतात जाऊ शकत नाहीत. त्याची पाच एकर उसाची जमीन कुणालातरी कसायला दिलीय. जेवढं शेतातून उत्पन्न मिळेल त्यात ते समाधानी होते. त्याच्या घरातली बैलजोडी, ती पण त्यांच्याबरोबर थकली होती. बैलांना औत ओढणं असह्य होत होतं. रामू कसाबसा सकाळी उठून गवताच्या दोन पेंड्या शेतातून आणी व त्यांना खायला देई. अचानक रामू काविळीने आजारी पडला. त्याला शेतात जाणंपण असह्य झालं. त्याला मुक्या जनावरांच्यासाठी चारा आणायला पण जमेना. अंथरुणावर पडल्या पडल्या एके दिवशी त्याने ठरवलं की बरा झालो की, दड्डीच्या बाजारात एखाद्या चांगल्या शेतकऱ्याकडे जनावरं सांभाळायला देऊ, जो त्यांची मुलांसारखी निगा राखेल.

बघता बघता पंधरा दिवस कसंबसं शेजाऱ्या-पाजाऱ्यांनी रामूच्या बैलांना गवताचे भारे आणून टाकले. पण त्यांची पण कामे असल्यामुळे त्यांनी रामूला सांगितलं की, “रामूदा, तू थकलायस, तशी तुझी बैलं थकली. आता तुझ्याने होत नाही. तरी तू त्यांना दड्डीच्या बाजारात विकून ये.”

रामू : “मी पण तेच ठरवलंय. त्यांचे हाल माझ्याने बघवत नाहीत. आता मी बरा झालोय. सोमवारी यांना घेऊन दड्डीला जाऊन येतो.”

सोमवार उजाडतो. रामू आपली भाकरी व बैलांना घेऊन दड्डीची

वाट धरतो. सकाळच्या दहा वाजता तिथे पोहोचतो. तर अर्धा बाजार जनावरांनी आधीच भरून गेला होता. खेड्यापाड्यातून लोकं आपली बैलं विकायला, घ्यायला माळरानावर जमू लागली होती. झाडाखालच्या सावलीला लोकं चुना-तंबाखू चोळत गप्पा मारत बसली होती. उन्हाच्या झळा चारी बाजूंनी बडवत होत्या. दुष्काळाचं सावट सर्वांसमोर पसरू लागलं होतं. जनावरांना वैरण अपुरी पडत होती. नदीचं पात्र कोरडं पडलं होतं. बायका झरे खोदून बेलटी-बेलटीनं पाणी भरून घागरी नेत होत्या. कसंबसं अन्न शिजत होतं.

वडाच्या झाडाखाली चार पाच म्हातारी माणसं कट्ट्यावर जमा झाली होती. त्यातला एक म्हातारा आकाशाकडे बघत काळजीने म्हणाला, "यंदा पावसाने ओढ घेतली वाटतं. माणसं नीट धर्म पाळत नाहीत, माणुसकी विसरलेत. म्हणून वरुणराजाचा कोप झाला वाटतो."

दुसरा म्हातारा मान डोलवत म्हणाला, "झाडं तोडून बिल्डर लोकांनी जंगलं बोडकी केली. रस्त्याकडेची झाडं तोडून विकून खाल्ली. आता पाण्याविना शेतकरी व आम लोकं मरत आहेत."

रामू बाजारात पोहोचला. त्याला एका कोपऱ्यात झाडाखालची जागा मिळाली. बैलांना बांधून तो आपली छत्री उघडून त्यांच्याजवळ

बसला. दुपार झाली. त्याने कट्ट्यावरती जाऊन झुणका-भाकर खाल्ली व गप्प तिथेच आपल्या बैलांकडे एकटक बघत बसून राहिला. त्याचा चेहरा उदास होता. बैलाला गिऱ्हाईक आलं की तो लगबगीने त्यांच्याजवळ जाई. घेणारा निरखून बघे व म्हणे, "लई म्हातारी आहेत. त्यात हा दुष्काळ. फुकट दिली तरी नको. यांच्यानं काय काम होणार नाय. यांना बाळगणारा अतिमूर्ख. यांना कत्तलखान्यातच कुणी घेतलं तर घेईल."

रामूला हे ऐकून दुःख होई. पोटच्या पोरांसारखं बैलांना त्याने सांभाळलं व आता त्यांना कसायाच्या हातात द्यायचं? त्याने हा विचार स्वप्नातदेखील केला नव्हता. मन उदास होऊन तो पुन्हा कट्ट्यावर येऊन बसला.

ते चार वृद्ध गृहस्थ त्याच्या चेहऱ्याकडे बघत राहतात.

एक म्हणतो, "कुठल्या गावचे पाहुणे तुम्ही? सधन शेतकरी दिसता, मग तुम्ही यांना विकता का? तू बैलाचा हेडा सौदागर नाहीस. तू हाडाचा शेतकरी आहेस."

दुसरा म्हातारा : "तू त्यांचा बाप आहेस. पोरांसारखं त्यांना

जपलंस, बिनकामाची आहेत म्हणून तू यांना विकू नकोस. जो तुझ्याकडून विकत घेईल तो कसाबाच्या हातात दोन पैसे चढ घेऊन विकेल. त्या पापाचा धनी तू होऊ नकोस.''

रामूच्या डोळ्यांत पाणी येतं व त्याला लक्षात येतं की, आपण आपल्या पोटच्या पोरांसारखी जनावरं मातीमोल किंमतीला विकायला निघालो. किती हा स्वार्थ!

रामू : ''तुम्ही मला आयुष्यात एक चांगला उपदेश दिला व पाप करण्यापासून वाचवलं. मी माझी बैलं घेऊन घरी जातो. जोपर्यंत जमेल तोपर्यंत त्यांचा सांभाळ करीन.''

रामू आपल्या बैलांच्याजवळ जातो. ती जनावरं उन्हामुळे कासावीस होऊन रामूकडे आशावादी नजरेने पाहतात.

रामू : ''लेकरांनो उन्हात दमलात ना? हे घोटभर पाणी प्या व आपण आपल्या घरी जाऊ या. तुमची आई-वाट बघत असेल.''

रामूच्या डोळ्यांतून अश्रू वाहताना पाहून ती बैलं त्याचे गाल चाटू लागतात.

रामू : ''माणसाला माणसानं टाकलंय, पण तुम्ही मुक्या जनावरांनी आम्हाला टाकलं नाही.''

आता तिन्हीसांज झाली होती. सृष्टीचं दुपारचं रौद्र रूप आता सौम्य झालं होतं व जगण्याची आशा मनुष्यप्राण्याला देत होतं. पृथ्वी कितीही रौद्र झाली तरी तिच्या लेकरांसाठी थोड्या वेळात शांत होते व त्यांची काळजी घेते. रामू आपल्या विचारात बैलांच्या सोबतीने गाव गाठतो. डोक्यात अनेक विचार थैमान घालत असतात. त्या विचारांच्या तंद्रीतच घरी कधी पोहोचतो ते त्याला कळत नाही. त्याची बायको तुळसा वाट बघत असते. तिचे डोळे रडून लाल झाले होते, कारण तिची बैलजोडी आता गोठ्यात तिला दिसणार नव्हती. पण रामूला बैलांसह परत आलेला पाहून तिला आनंद होतो.

ती बैलांना कडकडून मिठी मारते व म्हणते, ''तरुणपणी रात्रंदिवस राबून आमचं शेत पिकवलं त्यामुळे आमच्या घरी सुबत्ता आली. तुम्हाला विकलं असतं, तर जिवंतपणी आम्हाला मरण आलं असतं.'' रामूला म्हणते, ''धनी, ब्येस केलं. आपली लेकरं परत घरी आणली. आपल्या हातून जोपर्यंत होईल तोवर यांची सेवा करू या, गवताचा

भारा आणायला एक गडी ठेवू या व त्यांची निगा आपण करू या.''

एवढं बोलून ती आत जाते व चांदीचं तबक घेऊन त्यांचं औक्षण करते व त्यांना घरात घेते. गोठा परत भरलेला ते भरल्या डोळ्यांनी बघतात. त्यांच्या डोळ्यांत समाधान दिसतं.

तात्पर्य : पाळीव जनावरं ही माणसांवर प्रेम करतात, पण माणसं त्यांची सेवा विसरतात.

◆

मातृत्व

संध्याकाळचा सूर्य आपली सोनेरी किरणं वाळवंटाच्या सोनेरी चकाकणाऱ्या वाळूवर मुक्तपणाने उधळीत होता. जसं परमेश्वरानेच सोनेरी पांघरूण चोहीकडे पसरवलं असं वाटत होतं. छोट्या मोठ्या वाळवंटाच्या टेकड्या, त्यांवर छोटी झुडपं कशिदा केल्याप्रमाणे दिसत होती. तिन्हीसांजेला सूर्य टेकड्यांच्या पायथ्याशी जाताना ते सृष्टीचं दृश्य विलोभनीय होतं. सृष्टीनं जसं भलंमोठं लाल कुंकू आपल्या दोन्ही भुवयांच्या मधोमध लावल्यासारखं दिसत होतं. तो लाल गोळा बघता बघता नाहीसा झाला. आता तिन्हीसांज झाली. अनेक जनावरं आपल्या बिळांतून बाहेर पडत होती.

तग लावून कुठंतरी खुरटी वाळली गवताची झुडपं उभी होती. ती चरायला एक हरणांचा कळप तिथे आला होता. तिथेच एका छोट्या डबक्यात रानटी कबुतरं त्यांचं पोट बुडेल एवढ्या पाण्यात उन्हापासून गारवा मिळवण्यासाठी आपले पंख फडफडवून त्याचा मनमुराद आनंद घेत होती. ते कबुतरांचं बुचकळणं एक मुंगसांचा कळप निरखत उभा होता. ती कधी बाहेर येतात व आपण कधी त्यांच्यावर झडप मारतो असं मुंगसांना वाटत होतं. पाणी पिताना शक्यतो कुठलंच जनावर दुसऱ्यावर हल्ला करत नाही. या वाळवंटाच्यामुळे त्या छोट्याशा डबक्यात त्यांचं जीवदान होतं. त्यांच्यात वैरभाव नव्हता. कारण की सृष्टीशी दोन हात करून जगायचं होतं. मुंगसं कबुतरांची वाट बघता बघता कंटाळली व आपल्या-आपल्यातच मस्ती करू लागली. तीच वेळ साधून चाणाक्ष कबुतरांनी उड्डाण केलं. कबुतरं बघता बघता दूर उडून गेली, हे त्या मुंगसांनी पाहिलं.

कबुतरांचा थवा उडत उडत दूरवर एका बोडक्या झाडावर उतरला. तिथे घरट्यात त्यांची पिलं त्यांना पाहून चिवचिवाट करू लागली. त्यांनी आपल्या पंखांतून आणलेलं पाणी त्यांना पाजलं. तहानेने व्याकूळ झालेली ती पिलं त्या पाण्याच्या थेंबांनी तृप्त झाली. दूरवरून आईने पराकाष्ठेने आणलेल्या पाण्यामुळे पिलांची तहान भागली.

पशुपक्षी पाणी प्यायला आपला नंबर कधी लागतो यासाठी त्या छोट्याशा डबक्याजवळ तिष्ठत उभे होते. तेवढ्यात एका दुष्ट रानटी कोल्ह्यांच्या कळपाने, जो झुडपात कधीपासून टक लावून बसला होता, चपळाईने वाळूच्या टेकड्या तुडवत येऊन हरणांच्या कळपाला घेरलं. एक क्षण हरणं बावरली व दुसऱ्या क्षणी संकट समोर बघून सैरावैरा पळत सुटली. पण त्यातलं नुकतंच जन्मलेलं एक पिलू पळू शकलं नाही व त्याची आई त्याला सोडून जाऊ शकली नाही. ती आपल्या शिंगाने त्या रानटी कोल्ह्यांवर हल्ला करू लागली. त्या बछड्याला वाचवण्यासाठी तिने अतोनात प्रयत्न केले. शेवटी कोल्ह्याने त्या बछड्याला आपल्या जबड्यात धरलं. दुबळं हरणाचं बछडं, ज्याने जगायचा आनंदपण घेतला नव्हता, तो या कोल्ह्यांच्या कळपात ओढला गेला. प्रत्येकाने त्याचे लचके काढायला सुरुवात केली. ती हरिणी हतबल होऊन दूर उभी राहून आपल्या डोळ्यांदेखत आपल्या पिलाचा मृत्यू टपोऱ्या डोळ्यांतून पाणी काढून पाहत होती. तिच्या मदतीला कोणीच नव्हतं.

तो हरणांचा कळप कधीच दृष्टीआड झाला होता. त्या हरणांना घोटभर पाणीपण प्यायला मिळालं नव्हतं. दुष्ट कोल्हे मात्र आनंदात आपली मेजवानी खात बसले होते.

हरिणी दु:खी होऊन कितीतरी वेळ जागेवर खिळून उभी होती. तिला काही सुचत नव्हतं. ती टाहो फोडून परमेश्वराला म्हणत होती, "देवा, मला एवढं हतबल का केलंस? माझे डोळे एवढे मोठे असूनही मी दुरून येणारं संकटही पाहू शकले नाही. माझ्या डोळ्यांदेखत त्याचा जीव घेतला जातानाही त्याला वाचवू शकले नाही. अशी हतबल आई होण्यापेक्षा आई झाले नसते तरी परवडलं असतं."

हरिणी मान खाली घालून अश्रू ढाळत आपल्या कळपाच्या पाऊलखुणांवर त्यांचा मागोवा घेत धिम्या पावलांनी वाळू तुडवत जाऊ लागली.

सरडा आपलं शरीर वाळूत पूर्णपणे लपवून आरामात गारवा घेत चोहीकडे टकमक पाहत बसला होता. त्याचे फक्त डोळेच वाळूच्या वरती होते. बाकी सर्व शरीर वाळूत झाकून ठेवलं होतं. तो आपल्या भक्ष्याची वाट पाहत होता. त्याच्या समोरून एक भलामोठा साप सरपटत पुढे गेला. तो वाळूत लपलेला होता म्हणून सापाला दिसला नाही. नाहीतर सापाने त्याचा फडशा पाडला असता.

आता अंध:कार चारी बाजूला पसरला होता. ती वाळू आता एकदम गार वाटू लागली. पण तो सरडा भक्ष्य मिळेपर्यंत गारवा सहन करणार होता. तो आपल्या विचारांत मग्न असतानाच त्याला कसली तरी चाहूल लागली. त्याने डोळे उघडून पाहिलं, तर एक भली मोठी बेडकीणबाई

व तिची पिलं डराव-डराव करत पाऊस येणार याची ग्वाही देत त्याच्या समोरून निघाली. त्याच्या तोंडाला पाणी सुटलं. सकाळपासून तग धरून तो बसला होता. शेवटी त्याला रात्री बेडकं दिसली. त्याने पटकन आपलं शरीर वाळूतून बाहेर काढलं व बेडकांवर झेप घेणार तेवढ्यात वाळवंटी बहिरी ससाण्याने त्याला आपल्या तीक्ष्ण पंजामध्ये पकडलं. त्या सरड्याचा कर्कश्श व असह्य आवाज ऐकून बेडकं वाळूत लपून बसली व आपला जीव त्या बहिरी ससाण्यामुळे वाचला म्हणून त्याचे मनोमन आभार मानतात. ते आज सरड्याचं भक्ष्य होणार होते, पण तोच आज भक्ष्य बनला व त्यांना जीवदान मिळालं.

कबुतरं उडून गेल्यावर मुंगसांनी आपली पिलावळ पाण्यात सोडली व त्यांना मनमुराद आंघोळ करू दिली. त्या पिलांची आंघोळ, त्यांचं ओरडणं त्यांचे आईवडील काठावर उभे राहून बघत होते. बाकीचे पशुपक्षी त्यांची आंघोळ कधी होईल व आपली तहान कधी भागेल याची वाट बघत होते. तो भलामोठा साप टेकड्या ओलांडत सरपटत आपली तहान भागवायला दुसऱ्या काठावर उभा होता. एका मुंगसाचं त्याच्याकडे लक्ष गेलं. मुंगसाला पाहून त्याचं पाणी-पाणी झालं. हा दुष्ट साप, कुणाला न भिणारा; पण मुंगसाला पाहून गलितगात्र झाला व आपला जीव कसा वाचवायचा या विचारात होता.

एवढ्यात एक मुंगूस त्याच्याकडे बघत म्हणतं, "आज तू आमचं भक्ष्य नाहीस. तुला जीवदान दिलं. आज आम्ही फक्त आमच्या मुलांना या पाण्यात आंघोळीला घेऊन आलोय. त्यांच्यासमोर हा जीवघेणा प्रकार नको. ते अजून लहान आहेत. तू पण असाच लहान जीवांचा विचार करत जा."

साप कसाबसा 'हो'म्हणतो व पाठीमागे न बघता सुसाट धूम ठोकतो.

तात्पर्य : आईची माया अपार. मुलांसाठी ती सर्वस्व अर्पण करते.

◆

जीवनसाफल्य

डोंगराच्या माथ्यावर रुपेरी कडा उमटली होती. पहाटेचं धुकं पांघरून डोंगराची वळचण झोपी गेली होती. हळूहळू रानावरचं धुकं बसल्याजागी विरू लागलं. उंच गेलेल्या बोडक्या वृक्षाला जाग आली. त्या वृक्षाच्या बुंध्याभोवती हिरवंगार गवताचं मोकळं कुरण होतं. त्या झाडाच्या बारीक फांद्या वाऱ्यावादळात कोसळल्या होत्या. त्या झाडावर दवाचे सकाळचे थेंब ओघळत होते. रानाच्या नव्या हिरव्या पालवीवर मोहराचे रंगीबेरंगी तुरे उमटले होते. त्या वृक्षाला लागूनच जरा अंतरावर नदीचा खळखळ वाहत जाणारा पट्टा दिसत होता. आता हळूहळू पक्ष्यांची किलबिल चालू झाली.

झाडाच्या पायथ्याशी त्या झाडाच्या ढोलीतून एक गुबगुबीत पांढराशुभ्र ससा बाहेर पडला. त्या नाजूक पावलांच्या स्पर्शाने झाडाचं उभं अंग मोहरून गेलं. त्याचे लाल टपोरे माणकासारखे डोळे चोहीकडे फिरत होते व आपल्या शत्रूचा भित्र्या डोळ्यांनी सुगावा घेत होते. तो आपली छोटीशी झुबकेदार शेपटी उगीचच फडफडत होता. आपले पुढचे पाय सशाने लांब केले, झटकल्यासारखा आळस दिला व तो मुक्तपणाने हिरवंगार गवत चरू लागला. ते हिरवं कोवळं चवदार गवत तोंडात घेतलं की थोड्याच वेळात विरघळून जाणार असं होतं. ससा धावत सुटला व त्या गवतावर तुटून पडला. तो भान हरपून ते गवत चघळत बसला.

झाडाच्या ढोलीत एक घुबड पहाटेची चाहूल लागताच आत आपल्या घरात जाण्याच्या मार्गात होतं. सशानं एकवार त्या घुबडाकडे पाहिलं व म्हणाला, ''घुबडोपंत, आता आत जावा. सूर्याच्या किरणांमुळे तुमची

दृष्टी क्षीण होईल व तुम्ही कुणाचं तरी भक्ष्य बनाल.''

घुबड : ''तुम्हाला बघितलं की बरं वाटतं. हिरवीगार सृष्टी व फुलं पहाटेच्या वेळी पाहिली की परमेश्वर केवढा मोठा चित्रकार आहे व त्याने अनेक रंग मुक्त हाताने उधळले आहेत. पण आमच्यावर अवकृपा का, असं कधीकधी मनात येतं कारण आम्ही अंधारात, ना कोण मित्र ना शत्रू फक्त काळोख. जीव कंटाळतो. जरा तुमच्याशी चार शब्द बोललं की आपण जिवंत आहोत व आपल्याला एक मित्र आहे याचा सुखद आनंद मिळतो. तुम्हाला परमेश्वरानं कसं कापसाच्या बोळ्याप्रमाणं बनवलं. तुमचं शांत, शुभ्र, स्वच्छ रूप पाहून बरं वाटतं. आम्ही मात्र सूर्याचं सुरेख सोनेरी रूप पाहू शकत नाही, ना पृथ्वीचं उमललेलं रूप. आमचे बटबटीत डोळे हे परमेश्वरानं निर्माण केलेलं मनोहर चित्र पाहू शकत नाहीत. फक्त रात्रीचा अंध:कार तेवढा आमच्या डोळ्यांत भरून घेतो.''

ससा : ''आता उगीचच माझी तारीफ करत बसू नका. तू आत जा नाही तर बहिरी ससाणा तुझा फडशा पाडेल.''

त्याची आज्ञा पाळत घुबड पट्कन आपल्या ढोलीत जातं. थोड्याच

वेळात एक ससाणा आकाशातून सरळ रेषेत पृथ्वीवर उतरतो. त्याला पाहून भित्र्या सशाने टुणकन उडी मारून आपल्या बिळात पटकन प्रवेश केला. ससाणा आपलं भक्ष्य चोहीकडे शोधतो. झाडाच्या पायथ्याशी बसून कंटाळतो व शेवटी नाईलाजाने हताश होऊन झाडावर जाऊन बसतो. आता रानात अवखळ वारं भिरभिरत होतं. सुकलेली पाने पायथ्याशी एक जोराची वावटळ करून आपली ताकद दाखवून दूरवर पाने उडवत गेली. त्याबरोबर झाड जरासं थरथरलं.

झाडाच्या काटक्या त्या वाऱ्याबरोबर उडत गेल्या. उरलीसुरली झाडाची, पानांची व काटक्यांची निशाणी, ती पण वाऱ्याने उडवून लावली. झाडाला अतोनात दुःख झालं. होती नव्हती ती वस्त्रंपण उडून गेली व त्याला उघडं केलं. झाड मनातल्या मनात म्हणालं, ''परत रानात पालवी फुटेल तेव्हा माझ्या अंगावर एक तरी कोंब फुटेल का? का मी असाच एकटा उघडा बोडका राहीन?''

तो बहिरी ससाणा उगीचच आपले पंख फडफडवून त्याच्या बोडक्या फांदीला हेलकावे देत होता. झाडाला वाटलं की आता आपण कोसळून पडू. वयोमानाने त्याची ताकद कमी झाली होती, पण जगायची चिकाटी होती म्हणून तो तग धरून होता. आता त्या झाडाची नजर त्याच्या पायथ्याशी गेली. जराशी सळसळ, जरासा चिवचिव आवाज उमटू लागला. त्यानं पाहिलं तर बदकाची पिलं आपल्या आईच्या पाठोपाठ त्याच्या पायथ्याच्या हिरवळीवर चरत होती. झाडाचा जीव घाबरला.

त्याच्या मनात आलं, 'आता हा बहिरी ससाणा माझ्या डोक्यावर व खाली पायथ्याशी ही नवजात पिलं. आता मी माझ्या डोळ्यांनी कुणाचा मृत्यू पाहायचा? परमेश्वरा, यांना वाचव.''

बदकिणीला शत्रूची चाहूल लागताच तिने गडबडीने आपली पाचही पिलं शेजारीच असलेल्या करवंदाच्या जाळीत नेऊन आपल्या पंखाखाली लपवली. बहिरी ससाणा स्वतःशीच म्हणतो, 'आत्ता तर पाच पिलं माझ्या डोळ्यांसमोर होती.' त्याच्या तोंडाला पाणी सुटलं. 'कोणाला पहिल्यांदा भक्ष्य करू? का पाचही जणाचा एकदम फडशा पाडू?' या विचारात असतानाच ती कुठे लपून बसली हे कळलंच नाही.

झाडाने मनापासून परमेश्वराचे आभार मानले. बदकिणीची नवजात

पिलं त्याच्या मुळावरून त्याच्या पायथ्याशी खेळताना आता त्याला त्याचा आनंद घेता येईल, म्हणून तो सुखावतो.

मारणाऱ्यापेक्षा वाचवणारा श्रेष्ठ असतो हे त्याला कळून चुकलं. बहिरी ससाणा काहीच भक्ष्य मिळालं नाही म्हणून निराश होऊन पंख फडफडवतो, पंखांमध्ये बळ भरतो व उंच आकाशात भरारी घेऊन क्षितिजात लुप्त होतो.

ससा आता त्या बिळातून बाहेर येतो. त्याबरोबर ती बदकीण आपल्या पिलांना जाळीतून बाहेर घेऊन येते व सशाबरोबर गवतात चरायला लागते. सूर्य माथ्यावर आला होता. सावली पायथ्याशी घेऊन भर उन्हात झाड पेंगत होतं. त्याच्या पायथ्याशी ससा व पिलं आनंदाने खेळत होती. त्यांना उन्हाचं भान नव्हतं.

ससा : ''बदकीणबाई, तुमची पिलं आज वाचली. तो दुष्ट बहिरी ससाणा कधीपासून झाडावर बसला होता. त्याला माहीत आहे की मी इथे राहतो, पण मी अजून त्याचं भक्ष्य झालो नाही. आकाशातला काळा ठिपका चालताना मला दिसला व त्याची सावली गोल-गोल फिरताना दिसली की माझ्या लगेच लक्षात येतं की हा शिकारी माझी शिकार करायला आला आहे. तू पण लक्षात ठेव. चरताना भान विसरून चरत जाऊ नकोस.''

बदकीणबाई : ''माझी किती काळजी करतोस? ही पिलं मोठी होईपर्यंत माझी तारेवरची कसरत आहे. कधीकधी दोन-दोन दिवस माझी पिलं उपाशी राहतात. कोल्हे, मुंगसं अशा अनेक जनावरांपासून डोळ्यांत तेल घालून माझ्या पिलांचं रक्षण करावं लागतं.''

झाड या दोन मित्रांचा संवाद ऐकत असतं व ते मनोमन सुखावतं. झाड मनाशी म्हणतं, ''कुठं तो दुष्ट बहिरी ससाणा, सतत भक्ष्य शोधणारा, नवजात पिलांचा फडशा पाडणारा व कुठं ही अहिंसावादी बदकं आणि ससा.''

अचानक झाडाच्या अंगावर कुणीतरी ओरबडल्यासारखं वाटलं. ते नाजूक पाय कुणाचे? अरे! ही तर खारुताई. सरसर करत, चित्कारत, उगीचच आवाज करत त्याच्या अंगावर चढते व त्याच्या शेंड्यावर जाऊन आपली झुपकेदार शेपटी उगीचच आपटते.

तिचं तुरुतुरू चढणं पाहून ससा खुद्‌कन हसतो व म्हणतो, ''खारुताई,

उगीचच झाडावर वरखाली करू नको. तुझी तीक्ष्ण नखं या झाडात रुततात व तो आधीच वृद्ध झाला आहे.''

खारुताई : ''थांब रे बाबा, माझा साथी कुठंतरी हरवला आहे की कुणी त्याचा फडशा पाडला ते बघते.''

खार झाडाच्या उंच टोकावर जाऊन जोरजोरात आपल्या साथीदाराला चित्कारून बोलवायला लागते. तो तिचा आवाज एकसारखा जंगलात घुमू लागतो. शेवटी दूरवरून प्रतिसाद ऐकू येतो. ती आनंदाने झरझर करत चित्कारत झाडाच्या पायथ्याशी येते व आवाजाच्या दिशेने झेप घेते. झाडाला तिची कीव येते. एवढासा जीव; पण आपल्या साथीवर प्रेम केवढं! ती आपल्या साथीला हळूहळू ओढत झाडाच्या पायथ्याशी घेऊन येते.

तो रक्तबंबाळ झालेला त्याला पाहून ससा म्हणतो, ''अरे बापरे! कुणी याचा पाय दुखावला? माझ्या बिळात त्याला घेऊन ये. तो बरा होईपर्यंत माझ्या बिळातच राहा.''

खार रडत रडत सांगू लागली, ''तो बहिरी ससाणा, त्यानेच उडून जाता-जाता याला पकडलं, पण हा चतुराईने व ताकदीने त्याचा पंज्यातून निसटला व एका खड्ड्यात पडला. तो दुष्ट ससाणा आपल्या

सर्वांना एका पाठोपाठ एक खाणार असं मला वाटतं.'' असे म्हणून ती पुन्हा रडू लागली.

ससा : ''आपण सर्वजण या झाडाच्या आजूबाजूलाच निवारा करू या. संकटावर सर्वांनी मिळून मात करू या. तू भिऊ नकोस.''

झाड : ''माझ्या मुलांनो, तुम्ही माझ्या आश्रयानेच राहा. मला ना पानं, ना फांद्या, त्या बहिरी ससाण्याला माझ्यावर बसायला आता एकपण फांदी नाही. तेव्हा तो इकडे फिरकणारच नाही. माझ्या फांद्या गळून पडल्यावर मला अतोनात दुःख झालं होतं, पण आता आनंद होतोय की माझ्या अंगावर तो दुष्ट बहिरी ससाणा बसणार नाही. पण तुम्हा लोकांना माझा आसरा लाभेल. वृद्धापकाळी आपण जेव्हा सर्वस्व हरवून बसतो, तेव्हा कुठेतरी परमेश्वर जगायचा एक आधार देतो.''

झाड मनापासून आनंदाने डोलू लागतं. मृत्यूची वाट बघणारा आता जगायचं स्वप्न रंगवू लागतो. मनुष्याला पण एक आशेचा किरण व एक प्रेमाचा धागा मिळाला तर तो त्याचं आयुष्य सुगंधाने फुलवतो व त्याचा सुगंध सर्व समाजामध्ये पसरवतो व त्या गंधामध्येच धुंद होऊन जीवन जगतो.

तात्पर्य : आयुष्याची पुंजी आधार व प्रेमच आहे.

◆

धीर

बांधावर बसलेल्या मुंगसाने बसल्या जागी जांभई दिली. एकदा त्याने आकाशाकडे पाहिलं. आकाश ढगांनी गच्च भरलं होतं. भर दिवस असूनही जमिनीवर उन्हाची सावली पडत नव्हती. पाऊस जरा उघडलेला पाहून मुंगूस आपल्या मित्रांसह त्या बांधावर चढून बसलं होतं. त्याने आपल्या अंगावरचे पावसाचे थेंब झटकून टाकले. गेले कित्येक दिवस सतत पाऊस पडत होता व भुकेने त्याचा जीव कातावला होता. अंगातलं त्राण सरत होतं. आता त्याला शिकारीचा वेध लागला होता. ते शिकारीसाठी पाऊल उचलणार तोच फडात खसखस झाली. मुंगसाने आपले कान उभारले तोच काहीतरी त्याच्या दिशेनं येत होतं. आवाज नजीक आला. तो क्षणभर थांबला. बहुतेक नागच असावा. मुंगूस झेपावण्याच्या बेतात होता. तोच फडातून ते बाहेर आलं.

काळकभिन्न रानमांजर. अंगाने धष्टपुष्ट, आपली शेपटी ताठ करत त्याच्यासमोर येऊन उभं राहिलं. कारण नसताना रानमांजराने एक जोराचा पंजा त्या बेसावध मुंगसावर मारला. मुंगसाने काही हालचाल करायच्या आधीच एकदम ते वळलं आणि फिसफिस करत फडात आलं तसं निघून गेलं. मुंगूस हुश्शऽऽ म्हणून मनातल्या मनात म्हणालं, 'ही मांजरं अशीच, स्वत:ला वाघाची मावशी समजणारी व अचानक बेसावध भक्ष्यावर हल्ला करणारी. तरी बरं, त्याच्या तीक्ष्ण नखांनी मला रक्तबंबाळ केलं नाही. जरासं अंगाला खरचटलं तेवढंच. कारण नसताना माझ्यावर हल्ला केला.'

एका जागेला बसून त्याला काही मिळणार नव्हतं. पाऊस उघडला होता. तसे पाय हलवायला हवे होते. त्याने आजूबाजूला पाहिलं. पात्र

सोडून नदी शिवारात शिरली होती. ताम्रपर्णी नदीचं तांबडं पाणी चौफेर वाट मिळेल तिकडे पसरलं होतं. मुंगसाला बसायलासुद्धा जागा राहिली नव्हती. फक्त थोडेफार बांधच. नदीचं पाणी सगळ्या बिळांत जाऊन भरलं होतं. तेवढ्यात पांढराशुभ्र मोठा ठिपका त्या सखोल पाण्यावर उतरला. ती बगळ्यांची जत्राच होती. त्यांना आता पोटभर अन्न मिळणार होतं. म्हणून ते आनंदात त्या सखोल पाण्यात एकमेकांशी झुंज घेत नाचत होते. मुंगसाला त्यांचा हेवाच वाटला.

मुंगुस : "हे बगळे अचानकपणे आकाशातून उडून आले काय व त्यांना खायला मासे, किडे मिळाले काय! यांची मजाच आहे आणि मी मात्र दोन दिवस उपाशीच या बांधावरती फिरत आहे.'

बगळा : "का उभे आहात? तुम्हाला मासा पकडून देऊ का? इथे खूप छोटे-मोठे मासे आमच्या पायाशी आहेत."

मुंगुस : "मी समर्थ आहे माझी शिकार करायला. अजून मी एवढा हतबल झालो नाही. मला कुणाचे उपकार नकोत."

भुकेने तो आधीच व्याकूळ झालेला त्यात बगळ्याने त्याला डिवचल्यामुळे त्याचं मस्तक गरम झालं.

पायाखालचं गवत भिजलं होतं. मधूनमधून पाणी भरत होतं. पाय झाडत, बेताने पाय टाकत मुंगुस नदीकाठाने जात होतं. अचानक

त्याच्या पायातून सळसळत पिवळाधमक पाणसाप गेला. त्याने थंड नजरेने त्या सापाकडे पाहिलं व त्याला पाहून मुंगसाला शिसारी आली. सापाला खाण्यासाठी त्यानं झेप घेतली, पण त्याचा तोल जाऊन तो पाण्यात पडला. गटांगळ्या खात कसाबसा परत बांधावर चढून आला. ओल्याचिंब शरीरामुळे त्याला हुडहुडी भरली. मुंगसाने परत आपलं शरीर व केस झटकले. त्याची दृष्टी बगळ्यांच्याकडे गेली. बगळे मिश्कीलपणे त्याला बघून हसत होते.

एक बगळा : "आयतं खायला देत होतो, पण याचा गर्व याला आडवा आला."

मुंगुस सावकाश धिम्या पावलाने खडकावर आपलं चिंब भिजलेलं शरीर वाळवण्यासाठी जाऊन बसलं. त्याला भूक असह्य झाली होती, पण अजूनही त्याच्या समोर भक्ष्य दिसत नव्हतं. भुकेमुळे तो गलितगात्र झाला होता.

नदीच्या काठावरती खडकामधून एक भलामोठा काळाकभिन्न खेकडा बाहेर पडला व तो हिरवंगार गवत आपल्या दोन अजस्र नांग्यांनी कुरतडून खाऊ लागला. त्याचं कुणाकडेच लक्ष नव्हतं. खडकावर बसलेल्या मुंगसाचं लक्ष गवताच्या सळसळणाऱ्या पातीबरोबर खेळणाऱ्या खेकड्याकडे गेलं. मुंगसाच्या तोंडाला पाणी सुटलं. खेकडा त्याच्या एका झेपेच्या अंतरावर होता. त्यानं झेप घेतली, पण खेकडा सापडला नाही. आश्चर्याने त्यानं इकडेतिकडे पाहिलं. गवताच्या गङ्ड्याखाली असलेलं बीळ त्याच्या नजरेत आलं. सारा संताप उसळला. मुंगसाने आपल्या पंजाने खेकड्याचं बीळ उकरायला सुरुवात केली. चिखल उडत होता. खोदून खोदून शेवटी मुंगुस दमलं. मुंगुस उकरायचं थांबलं कारण असं खोदून मिळवणं कठीण होतं. खेकडा दुसऱ्या कुठल्यातरी बिळात लपला होता. खेकड्याचा नाद करायचा नाही, असं त्याने ठरवलं. तो निराश होऊन खाली मुंडी घालून त्या बगळ्यांच्याकडे न बघता बांधाबांधाने चालू लागला.

मुंगुस आता बगळ्यांच्या थव्यापासून बराच दूर आला होता. आजूबाजूला शांतता नांदत होती. सूर्याच्या किरणांनी पृथ्वीवर आपली हजेरी लावली होती. त्यामुळे पक्षीपण मधुर व मंजुळ गाणी गात होते. ते वातावरण पाहून तो प्रसन्न व आनंदी झाला. त्याचं दुःखीकष्टी मन आनंदी झालं. त्याची नजर झाडावर चिवचिव करणाऱ्या पक्ष्यांवर गेली.

किती हे छोटे प्राणी सर्व सृष्टीला आनंदाने गाणं म्हणत जीवनाचा आनंद लुटायला प्रोत्साहन देत असतात आणि आपण एवढे भुकेने व्याकूळ झालो त्यामुळे सर्व तुच्छ दिसायला लागलं. बगळे मदत करत होते, पण अहंकार मध्ये आला.

झाडावरच्या दोन छोट्या रंगीबेरंगी चिमण्या सहजपणे मुंगसासमोर येऊन उभ्या राहिल्या. त्या दोन चिमण्या एकमेकींशी जोरजोराने भांडत होत्या. आपल्या चोचींनी एकमेकींना रक्तबंबाळ करण्यात मग्न होत्या. तो एवढासा छोटा जीव, पण त्यांच्या भांडणाचा कर्कश्श आवाज शांतता भंग करत होता. दोन्ही चिमण्या भांडणात तरबेज होत्या. एकपण हार मानायला तयार नाही. मुंगसाला हे असह्य झालं. त्याने आपला एक पंजा चिमण्यांवर मारला. त्यांनी एकदम चमकून पाहिलं, तर त्यांच्यासमोर मुंगुस मोठे डोळे करून बघत होता.

मुंगुस : ‘‘सुखासुखी का भांडता? जंगलातली शांतता का भंग करता?’’

चिमणा : ‘‘मी घरट्यासाठी आणलेल्या काटक्या हिला पसंत पडत नाहीत. दूरवरून चोचीत धरून तारेवरची कसरत करत करत काटक्या आणायच्या व हिला पसंत नसलं की लगेच ही चोचीत धरून फेकून देते.’’

चिमणी : ‘‘ह्याचं काम फक्त सुबक काटक्या आणायचं व घरटं बांधायचं, पण माझं काम मोलाचं आहे. अंडी उबवायची व पिलांना मोठं करायचं.’’

मुंगुस : ‘‘तुम्ही किती आनंदी आहात असं मी समजत होतो. तुम्ही दोघंही भांडू नका. तुमची दोघांची कामं आपल्या परीने योग्य आहेत. चिऊताई, दोघंजण एकमेकांचे कष्ट समजून घ्या.’’

चिमणा-चिमणी मान डोलावून भुर्रकन परत झाडावर जाऊन एकमेकांशी मधुर संवाद साधू लागतात. मुंगसाला आता परत भुकेची आठवण होते. तो त्या झाडाखाली हतबल होऊन खाली डोकं ठेवून शांतपणे बसून राहतो.

मुंगसाच्या कानावर दूरवरून एक सरपटत येणारा आवाज ऐकू येतो. त्याचे कान टवकारले जातात. ताकद नसताना पण तो आपली मान वर करून त्या आवाजाच्या दिशेने कानोसा घेऊ लागतो. एक भला मोठा साप हळूहळू त्या झाडाच्या पायथ्याशी येतो व झाडावर चढायचा प्रयत्न करतो. त्या झाडावर अनेक पक्ष्यांची घरटी असतात व त्यात नवजात पिलं असतात. साप जरासा वरती चढतो तोपर्यंत मुंगुस

आपला आळस झटकतो व दोन्ही पाय पुढे करून पाठीमागचे पाय जवळ घेऊन एक झेप त्या सापाच्या बरोबर मुंडक्यावरती घेतो. पक्ष्यांचा थवा झाडावर बसलेला, किलबिल करून घाबरून ओरडू लागतो. आता सापाचं मुंडकं मुंगसाने पंजात घट्ट पकडलेलं असतं. तो झाडावरून सापासकट पट्कन खाली उडी घेतो. सापाचं वेटोळं त्याच्या अंगाभोवती घट्ट होऊ लागतं. मुंगुस त्या सापाच्या वेटोळ्यासह गोल-गोल गिरक्या मारू लागतो व मध्येच त्या झाडावरती आपलं शरीर आपटतो. हे करत असताना आपल्या तीक्ष्ण दातांनी सापाचं मुंडकं चावत असतो. शेवटी सापाचं शरीर हळूहळू लुळं पडायला लागतं व त्याची मुंगसावरची पकड सुटते. झाडावरच्या चिमण्या हे सर्व पाहून आनंदाने नाचू लागतात.

चिमणा : "बरं झालं, मुंगुसदादा, तू याचा फडशा पाडलास ते. आता माझी पिलं होतील व मोठी पण होतील. आता आम्हां सर्व पक्ष्यांना सापाची भीती नाही. तू आमच्या आजूबाजूला निवारा कर म्हणजे आम्ही बिनधास्तपणे जगू."

मुंगुस त्या सापाला ओढत नेऊन एका जाळीत बसून मनसोक्तपणे आपली शिकार आनंदाने खात बसतो व मेजवानीचा आनंद लुटतो.

तात्पर्य : धीराचे, कष्टाचे फळ नक्कीच मिळते.

◆

हावरट बगळा

उन्हाळ्याचे दिवस होते. पृथ्वीवरती सोनेरी किरणे पसरून सूर्य मस्त होता, पण त्याचे चटके पृथ्वीला असह्य होत होते. नद्या, तलाव बरेचसे आटले होते. तहान भागवायची म्हटलं तरी पाण्याच्या शोधात दूरदूर जावं लागे.

दुपारची वेळ होती. पशुपक्षी अन्न व भक्ष्य हुडकण्यात मन होते. उन्हामुळे त्यांच्या शरीराची लाहीलाही होत होती व काही सुचत नव्हतं. गावापासून दूर डोंगरमाथ्यावर एक भलामोठा तलाव होता. त्याच्या काठाला हिरव्या गवताने घेरलं होतं. तेवढंच पृथ्वीचं लोभस रूप डोळ्यांना शांतता देणारं होतं. छोटी मोठी झाडं त्याच्या आजूबाजूला बोडकी वाटत होती. त्याच्यावरती पक्ष्यांची घरटी काळ्या काटक्यांनी उठून दिसत होती. पशुपक्षी उन्हापासून बचाव करण्यासाठी आपल्या निवाऱ्याच्या जागी गुपचूप बसून होते.

आकाशात एकपण पक्षी उडताना दिसत नव्हता. त्या प्रखर उन्हात कुणाची उडायची ताकद नव्हती. अशा वेळी दोन काळे भलेमोठे ठिपके आकाशात दिसतात. ते हळूहळू तलावाच्या काठाच्या गवतावर उतरतात. ती दोन जंगली बदकं होती. गवतावर उतरल्यावर ते पाण्यात एक डुबकी मारतात. अशा दोन-तीन डुबक्या मारल्यावर त्यांचा थकवा दूर होतो. दूरवर त्यांच्यापासून एक बगळा एका पायावर उभा राहून डोळे मिटून ढोंगीपणाने त्या दोघांच्या हालचालीकडे चोरून बघत होता.

बगळा : "काय राव, किती दिवसांनी भेटताय? मी किती दिवसांपासून तुमची वाट पाहत आहे. या तलावात पुष्कळ मासे मी हेरून ठेवले आहेत. तुम्ही पण खा व मला पण द्या."

बदक : "तुम्ही का मासे पकडत नाही?"

बगळा बदकाची स्तुती करत म्हणतो, "पाणी खूपच खोल आहे व मला बुडायची भीती वाटते. तुम्ही सूर मारण्यात व खोल पाण्यात जाऊन मासे पकडण्यात तरबेज आहात. मासे पण हुशार आहेत. ते काठापर्यंत येतच नाहीत. सकाळपासून एकपण मासा माझ्या पायाजवळ आला नाही, म्हणून मी उपाशी आहे. माझ्यावर दया करा. एकच मासा मला पकडून दिला तरी पुरे. मी काठावर उभा राहतो. तुम्ही मासे पकडून काठावर टाका. मी कुणालाही मासे खाऊ देणार नाही. तो झाडावरचा हावरट कावळा कधीपासून काव-काव करत माशांना सावध करत आहे. त्याची दोस्त मगरपण कधीपासून दगडावर पडून माझ्यावर नजर ठेवून आहे. मला त्यामुळे काहीच हालचाल करता येत नाही. एका माशावर माझा आजचा दिवस मजेत जाईल व मी तुमचा आभारी राहीन."

बदकं भली होती. त्यांना त्याची कीव आली व ते म्हणाले, "चला, हा उपाशी आहे. आपण आपल्यातला एक मासा देऊ."

ती बदकं तुरुतुरू चालत त्या तलावाच्या खोल पाण्यात सूर मारतात. त्यांनी पाहिलं तर खरंच भले मोठे व छोटे मासे तलावात पोहत होते. त्यांनी बगळ्यासाठी व स्वत:साठी आळीपाळीने मासे पकडून काठावर टाकले. त्यांना खूप मासे पकडल्याचं समाधान झालं. ते आता दमले होते. थंड पाण्यातून ते बाहेर आले व आपले ओले पंख

फडफडवून त्यांनी अंग कोरडं केलं.

बदकांना मासे पकडल्यामुळे अतोनात आनंद झाला होता. त्यांनी आनंदाने आपली चोच गवतावर घासली. त्यांची नजर आता बगळ्याकडे गेली, बगळा आनंद व्यक्त न करता तटस्थ उभा होता. बदकांना आश्चर्य वाटलं कारण तिथे काठावर फक्त दोनच मासे होते.

बदके : "काय हे बगळेदादा, आम्ही तुमच्यासाठी एवढ्या खोल पाण्यात जाऊन मोठे मासे पकडले, पण इथे तर फक्त दोनच मासे आम्हाला दिसतायत. आम्ही आमची भूक तलावातच पोहत, मासे पकडत भागवली असती, तर तुम्हाला एकपण मासा मिळाला नसता. एवढा हावरटपणा बरा नाही."

बगळा : "मी काय करू? तो दुष्ट कावळा व मगरताईने मिळून सर्व मासे खाल्ले.त्या दोघांच्यासमोर माझं काहीच चाललं नाही. कसंबसं दोन मासे पंखात लपवून ठेवले म्हणून बरं. आता तुम्ही एक घ्या दोघं वाटून व मी एक घेतो."

बदक बदकिणीला म्हणतो, "तुला त्याची कीव आली. आपण मूर्ख म्हणून याच्यावर विश्वास ठेवला. तू आता दमली आहेस. शांत काठावर बैस. मी आणखीन मासे पकडून काठावर आणून देतो."

झाडावर बसून कावळा या दोन भोळ्याभाबड्या बदकांचा संवाद ऐकत असतो. या हावरट चतुर बगळ्याने या दोघांना कसं फसवलं हे त्याने पाहिलं होतं. कावळ्याला खोटं बोललेलं सहन झालं नाही.

तो रागाने बगळ्याला म्हणाला, "बगळ्या, किती खोटं बोलतोस? त्यांनी तुला मदत केली. काठावर आरामात बसून सगळे मासे फस्त केलेस. मगरताई कशाला मासे खाईल? थांब, मी तिला बोलावतो व या बदकांच्यासमोर खरं-खोटं करतो."

मगर या कावळ्याच्या आवाजाने तिथे येऊन पोहचते व म्हणते, "काय कावळेदादा, कोणावर रागावलाय? उन्हामुळे डोकं गरम झालं आहे का? काही नवीन बातमी आहे का? मी काठावर मस्तपैकी उन्हात पडले होते. तुझा आवाज ऐकून मी धावत आले."

कावळा : "अगं, हा लबाड बगळा काय म्हणतो बघ, म्हणे तू या बदकांनी पकडलेले मासे खाल्लेस."

मगर : "माझी तर सकाळीच पोट भरून न्याहरी झाली आहे. मी

मनात येईल तेव्हा कधीपण मासे खाऊ शकते.''

बगळा बदकांना म्हणतो, ''हे दोघं मित्र खोटं बोलतात.''

बदकं शांतपणाने म्हणतात, ''जाऊ दे बाबा, आमची पोटं भरली आहेत. आम्ही मूर्ख म्हणून तुझ्यावर विश्वास ठेवला. तुझी दोस्ती नको. त्यापेक्षा तो बिचारा निष्पाप कावळा बरा.''

मगर व कावळ्याला या भल्या पक्ष्यांची दया आली व त्यांनी बगळ्याची खोड मोडायची ठरवलं.

कावळा : ''काय बगळेराव, तुम्ही मनात आणलं तर एका पायावर उभं राहूनही आरामात मासे पकडू शकता. पाण्यात पण जायची गरज नाही. तुम्ही हुशार, चतुर. त्या बदकांना कामाला लावलं व आयतं, कष्ट न करता खाद्य मिळालं. आजपासून तुम्हाला मी गुरू केलं.''

तारीफ व स्तुती केल्यामुळे बगळा गर्वाने फुलून गेला.

बगळा : ''अरे, हे तर काहीच नाही. मी भल्याभल्यांना नेहमीच उल्लू बनवतो. या दोघांना परत उद्या कामाला लावतो. तुझ्यासारखा मी बावळट अजागळ नाही. मगरीपेक्षा माझी दोस्ती धर.''

मनातल्या मनात आपण सर्वांपेक्षा किती हुशार आहोत असं बगळ्याला वाटतं.

मगर हळूहळू त्याच्या पायाजवळ पाण्यात पोहोचते. त्याचं लक्ष

आता मगरीकडे नव्हतं. इकडे कावळा त्याची स्तुती करतच होता. मगरीने त्याला अद्दल घडवण्याचं ठरवलं. तिने हळूच आवाज न करता बगळ्याचा पाय आपल्या भल्यामोठ्या जबड्यात घट्ट पकडला व त्याला ओढत खोल पाण्यात घेऊन गेली. या अचानक हल्ल्यामुळे बगळा घाबरून गेला. त्याच्या नाकातोंडात पाणी गेलं. त्याला मृत्यू समोर दिसू लागला.

तो घाबरून ओरडू लागला, "मला वाचवा! ही दुष्ट मगर मला खाऊन टाकेल."

मगर : "तुला मी खाल्लं असतं, त्या भोळ्याभाबड्या बदकांना फसवल्याबद्दल व खोटं बोलल्याबद्दल. तुला आता मी फरफटत त्या बदकांसमोर नेणार आहे. तिथे तू तुझी चूक कबूल कर."

मगर त्या रक्तबंबाळ बगळ्याला बदकांसमोर फेकते. बगळा गयावया करत म्हणतो, "मी परत खोटं बोलणार नाही. दुसऱ्याच्या कष्टाचं आयतं खाणार नाही. मीच ते सर्व मासे हावरटासारखे खाल्ले. तुम्हा दोघांना चोर म्हटल्याबद्दल माफ करा."

बदकं : "जाऊ दे. आमचंच चुकलं. अनोळखीवर विश्वास ठेवला. आम्ही साधेसरळ म्हणून त्याने आम्हाला मूर्ख बनवलं."

मगर : "आज तुला सोडते, परत जर कुणाला फसवलंस व दुष्ट बुद्धीने वागलास तर तुला खाऊन टाकीन. या तलावाकाठी जरी फिरकलास तरी जिवंत सोडणार नाही."

बगळा रक्तबंबाळ झालेलं शरीर सांभाळत उठला व सगळं बळ एकवटून पाठीमागे न बघता कसाबसा निघून गेला.

तात्पर्य : दुसऱ्याच्या कष्टाचं, आयतं, फसवणूक करून कधीच खाऊ नये. ते अंगलट येतं.

◆

घार

माधवगड गावाच्या बाहेर एक सुंदर राजवाडा असतो. राजवाड्याच्या भोवती सुंदर अशी वनराई असते. त्यामध्ये विविध प्रकारची फुलं व फळांची बाग असते. त्यामध्ये पक्षी व छोटे-मोठे प्राणी गुण्यागोविंदाने राहत असतात. तिथे खायला मुबलक फळं असतात. त्यामुळे अनेक सुंदर पक्षी तेथे गुणगुण करत असतात. एका उंच दाट झाडावर घारीचं घरटं व तिची पिलं असतात. ती आपल्या पिलांना दररोज ताजी नवीन नवीन फळं गोळा करत असे. त्यामुळे ती बाग तिला फारच आवडत असते. कित्येक वर्षांपासून ती तिथे राहत असते. आज उन्हाच्या झळांमुळे ती हैराण झाली होती. दूरवर पाण्यासाठी उडत जाण्यापेक्षा तिने मनात ठरवलं की आज आपण राजवाड्याच्या कारंज्यामध्ये मनसोक्त आंघोळ करावी व बऱ्याच दिवसांपासून ती तिच्या दोस्त बदकांनापण भेटली नव्हती. तेव्हा त्यांच्याशी गप्पा माराव्यात असं तिला वाटलं व ती उडत-उडत राजवाड्याच्या बगीच्यामधील त्या भव्य कारंजाच्या काठावर जाऊन बसते.

घार : "बरं आहे या बदकांचं, एक तर राहायला राजवाडा, सुंदर हौद, चारी बाजूंनी सुंदर फुलं व आयतं जेवण. न कशाची भीती."

घार बदकांना म्हणते, "मी दररोज इथे आंघोळ करायला आले तर चालेल का? मला कारंजाचं पाणी अंगावर घ्यायला फार आवडतं. किती स्वच्छ आहे!"

बदक : "ये ना. आम्हाला पण दूरदूरच्या बातम्या कळतील. सवंगडीपण दररोज खेळायला मिळेल. ती राजवाड्यात राजकन्या आहे,

तीपण खूप दिवस झाले बागेत फिरायला आली नाही, तिलापण तू भेटू शकशील. ती फार लहान व नाजूक आहे. तिला आई नाही, तू तिचीपण विचारपूस कर. ती दररोज त्या समोरच्या गच्चीत उदास होऊन बसलेली असते.''

घार : ''मी आईविना पोरक्या, दुःखी राजकन्येला अवश्य भेटेन व तिच्याशी दोस्ती करेन.''

घार महालाच्या गच्चीवर जाऊन बसते. थोड्याच वेळात एक सुंदर परीसारखी लहान मुलगी गच्चीत येऊन आकाशाकडे टक लावून बघत बसते. तिचं घारीकडे लक्षच नसतं. घारीला तिची दया येते व ती तिच्याजवळ जाऊन म्हणते, ''राजकन्ये, का रडतेस? तू किती सुंदर व लहान आहेस! तुझा राजवाडा भव्य आहे. तुला कशाचं दुःख ? पृथ्वीवरची सर्व सुखं तुझ्यासमोर हात जोडून उभी आहेत. लहानांनी रडू नये.''

राजकन्या : ''कोण? घारुताई? ये माझ्याजवळ. अगं, मला आई नाही, मित्र नाहीत. मी एकटीच या भव्य दालनात व माझ्या सोबतीला या म्हाताऱ्या दासी. माझ्या वयाचं कोणीच नाही माझ्याशी खेळायला,

गप्पा मारायला.''

घार : ''रडू नको. मी तुझ्यासाठी उद्या एक छान सवंगडी खेळायला आणेन. तो माझा चांगला मित्र आहे. तुलाही तो आवडेल.''

राजकन्या खुदकन हसते. घारीला मिठी मारते व म्हणते, ''नक्की माझ्यासाठी तुझा मित्र घेऊन ये. तू पण दररोज येत जा व मला राज्यातल्या गमतीजमती सांगत जा.''

घार उद्याचा वायदा करून उडून जाते.

नुकतीच पहाट झालेली असते. आज आकाश स्वच्छ व निरभ्र होतं. पहाटेची पक्ष्यांची किलबिल गगनात घुमत होती. राजकन्यापण आज आनंदात होती. मनमोकळेपणाने ती दासीशी बोलली. आज तिचा मूडपण मस्त होता. तिची न्याहरी झाली व ती गडबडीने गच्चीत येऊन घारीची चातकासारखी वाट पाहत बसली. तिची कालची नवीन मैत्रीण येईल व राज्यातल्या बातम्या सांगेल, त्यामुळे तिचं लक्ष आकाशाकडे होतं. आकाशातून घार येताना पाहून तिने आनंदाने टाळ्या वाजवल्या व गच्चीच्या कठड्याजवळ पोहोचली.

घार गच्चीत उतरत म्हणाली, ''फार दमले बाई! हे बघ मी तुझ्यासाठी एक छोटंसं सशाचं पिलू आणलंय.''

राजकन्या : ''अरे वा! तू दिलेलं वचन पाळलंस. किती पांढराशुभ्र कापसाचा गोळा दिसतो हा. डोळे माणकासारखे चमकत आहेत, कान किती लांब, पण शेपटी किती छोटीशी. किती गोड प्राणी आहे हा. आता हा माझ्याबरोबर राहील ना?''

घार : ''हा तुझा आता दोस्त आहे. त्याला नीट सांभाळ व तुझ्या सोबतीला राहू दे.'' एवढं सांगून घार उद्या परत यायचा वायदा करते.

राजकन्येला आता दिवस पुरत नाही. सशाबरोबर खेळणं, त्याला भरवणं, त्याला आंघोळ घालणं व पलंगावर आपल्याबरोबर निजवणं. आता तिची सशाबरोबर चांगलीच गट्टी जमलेली असते. तिचा उदासपणा नाहीसा होतो. आता तिला कुणाच्या दोस्तीची गरज भासत नाही.

राजवाड्यापासून दूर जंगलाच्या शेजारी एक दहा बारा वर्षांचा मुलगा व त्याची आई राहत असतात. तो मुलगा घारीचा मित्र असतो.

त्या मुलाचं नाव गोपाळ असतं व तो लाकूडतोड्या असतो. तोडलेली लाकडं गावात विकून मिळालेल्या पैशातून तो व त्याची आई

पोट भरत असतात. आज पावसामुळे गोपाळ लाकडं तोडू शकला नाही, कारण सगळीकडे पाणीच पाणी झालं होतं. तो व त्याची आई गावात लाकडं नेऊन विकू शकली नाहीत. त्यामुळे पैसेपण मिळाले नाहीत, म्हणून आज ते दोघं उपाशी होते. गोपाळ झोपडीच्या समोर दु:खी मनाने जमिनीकडे टक लावून बसला होता. घार त्याच्याजवळ येऊन बसते पण त्याचं तिच्याकडे लक्ष नसतं.

घार : "गोपाळ, का दु:खी आहेस? मी काही मदत करू शकते काय?"

गोपाळ : "काही नाही गं. आज मी व माझी आई दोघं उपाशी आहोत. पावसामुळे लाकडं मिळाली नाहीत व ती विकली नाही म्हणून पैसा नाही व पैसा नाही म्हणून घरात अन्न नाही."

घार : "काळजी करू नकोस. तू लहान व गरीब असूनसुद्धा मला न चुकता तुझ्या घासातला घास देतोस. आज मला तुला मदत करू दे."

घार उडत उडत, जरा भिजत राजवाड्यात नेहमीच्या वेळेच्या अगोदर गच्चीवर जाऊन पोहोचते. गच्चीवर पोहोचताच ती बेधडकपणे राजकन्येच्या खोलीत पलंगावर जाऊन बसते. तिला असं अचानक अवेळी आलेलं पाहून राजकन्या घारीला विचारते, "काय घारुताई? लवकर आलीस. राज्यातली बातमी काय आहे? आज तुझा चेहरा

उदास का आहे? तुझी पिलं बरी आहेत ना? माझ्याकडून काही मदत हवी असेल तर सांग. पावसात तुझं घरटं भिजलं का?'' असे अनेक प्रश्न विचारून ती घारीला भांबावून टाकते.

घार : ''अगं हो! जरा दमाने घे. मी फार दमले आहे. मला श्वास तरी घेऊ दे. तसं पाहता माझी पिलं व मी बरी आहोत, घरटं पण सुखरूप आहे. माझा एक गोपाळ नावाचा गरीब लाकूडतोड्या मुलगा मित्र आहे. त्याची आई व तो कालपासून उपाशी आहेत. तो लाकडं तोडून, विकून आपली गुजराण करतो. पावसामुळे काल तो लाकडं तोडू शकला नाही, त्यामुळे पैसा नाही व पैसा नाही म्हणून घरात धान्य नाही.''

राजकन्या हे सर्व शांतपणाने ऐकते. तिला त्या गरीब मुलाची दया येते. ती म्हणते, ''मला दिवाळीला बाबांनी सोन्याच्या मोहरा दिल्या आहेत. त्या मी जतन करून ठेवल्या आहेत. मला त्यांचा उपयोग नाही. त्या गोपाळला दिल्या, तर त्याचं घर उभं राहील व त्याला कधीच उपाशी राहायला लागणार नाही.''

राजकन्या पट्कन उठून आपल्या कपाटातून मोहरा काढते व एका छोट्या पिशवीत दोन-तीन मोहरा टाकते व पिशवीचं तोंड शिवून घारीच्या गळ्यात अडकवते.

राजकन्या : ''तू या मोहरा त्या गोपाळला दे व सांग आणखी गरज लागली, तर आपण मदत करू. तुला जरा या पिशवीचं वजन पेलायला त्रास होईल. हळूहळू उडत जा.''

घार : ''तू फार दयाळू आहेस. छोटी आहेस, पण तुझं मन मोठं आहे. विचारी आहेस. मी हे पैसे गोपाळला देते. तो या पैशाने आपली व आईची भूक भागवेल.''

घार झाडाझुडपातून हळूहळू वाट काढत, भिजत गोपाळच्या झोपडीसमोर येऊन बसते व म्हणते, ''गोपाळ, बाहेर ये व मला जरा पाणी प्यायला दे. मी तुझ्यासाठी काय आणलंय बघ.''

त्या गळ्यात अडकवलेल्या पिशवीच्या ओझ्यामुळे ती फार दमून गेली होती. कशीबशी ती झोपडीजवळ पोहोचलेली असते.

घार : ''गोपाळ, या पिशवीमध्ये सोन्याच्या मोहरा आहेत. तुला त्या छोट्या दयाळू राजकन्येने दिल्या आहेत. तू धान्य भर. पावसाळा

संपेपर्यंत या तुला पुरतील.''

गोपाळ : ''तू माझी खरी मैत्रीण आहेस! किती काळजी करतेस! मी या मोहरा देऊन एक गाय विकत घेईन, दूध विकेन व पैसे कमवेन. मला लाकडं तोडून फार कंटाळा आलाय.''

घार : ''विचार चांगले आहेत. गाईचं दूध विकून तुला दररोज पैसा मिळेल व तू कधीच उपाशी राहणार नाहीस.'' एवढं सांगून घार आपल्या घरट्याकडे उडून जाते.

पहाटे गोपाळ लवकर उठतो व जनावरांच्या बाजारात जाऊन एका मोहरेच्या दोन गायी विकत घेतो. दररोज पहाटे उठून दूध काढून तो ते गावात विकत असे. सकाळची त्याची कामं लवकर आवरत. त्यामुळे त्याला पूर्ण दिवस रिकामा वाटू लागे. हळूहळू त्याने झोपडीच्या जवळपास भाजी लावली व ती विकू लागला. दूध व भाजीपाला विकून त्याने आपली झोपडी चांगलीच मजबूत करून घेतली. दररोज तो घारुताईसाठी ताटलीत दूधभात कालवून ठेवी. तो कधीच घारीची मदत विसरला नाही. त्याला हे आनंदाचे दिवस घारीमुळे व राजकन्येमुळे लाभले. घारीला मुलाचं कौतुक वाटे व राजकन्येला ती गोपाळची इत्थंभूत बातमी सांगे व एक दिवस गोपाळला राजवाड्यावर घेऊन यायचा वायदा करते. एका अजाण अनोळखी मुलाला राजकन्येने न विचार करता लगेच मदत केली. त्यामुळे गरीब लाकूडतोड्याचं आयुष्य सुधारलं.

तात्पर्य : निःस्वार्थपणे एकमेकांना मदत केली की जीवनाचा आनंद मिळतो.

◆